https:// காதல் புராணம்

ARP. ஜெயராம்

படி வெளியீடு

எண்: 9, பிளாட் எண்: 1080A, ரோஹிணி பிளாட்ஸ்
முனுசாமி சாலை, கே.கே.நகர் மேற்கு,
சென்னை – 600 078. பேச: 99404 46650

வெளியீட்டு எண்: 0420

காதல் புராணம் (கவிதை)
ஆசிரியர்: ARP.ஜெயராம்©
Kathal Puranam (Poem)
Author: ARP.Jayaraam©
Print in India
1st Edition : December - 2024
Pages -230
RS. 280

Publisher • Sales

Padi Veliyoeedu
No. 9, Plot,1080A, Rohini Flats,
Munusamy Salai,
K.K.Nagar West, Chennai - 78.
Tamilnadu, India.
Mobile: +91 99404 46650

Discovery Book Palace (P) Ltd
No. 1055-B, Munusamy Salai,
K.K.Nagar West,
Chennai-600 078.
Mobile: +91 87545 07070

discoverybookpalace@gmail.com / www.discoverybookpalace.com

இந்த நூலில் பிரசுரமாகியுள்ள எந்த ஒரு பகுதியையும் எழுத்துபூர்வமான முன்அனுமதி பெறாமல் எடுத்தாள்வதோ, மறுபிரசுரம் செய்வதோ, மொழியாக்கம் செய்வதோ, ஊடகங்களில் மறுபதிப்புச் செய்வதோ, காப்புரிமைச் சட்டப்படி தடை செய்யப்பட்டுள்ளது. இந்த நூலிலிருந்து சில பகுதிகளை மேற்கோள்காட்டி நூல்அறிமுகம் செய்யலாம்.

உங்கள் மொபைல் போனிலிருந்து ஸ்கேன் செய்து 'டிஸ்கவரி புக் பேலஸ்' மொபைல் ஆப்பை டவுன்லோடு செய்து, புத்தகங்களை வாங்குங்கள்.

Scan and download

நன்றி

கவிஞர் ஆரூர் தமிழ்நாடன்
நக்கீரன் முதன்மை ஆசிரியர்,
இனிய உதயம் இணை ஆசிரியர்

எழுத்தாளர் பட்டுக்கோட்டை பிரபாகர்

கவிஞர் பழநி பாரதி

மின்மினி இணைய இதழ்

திருமதி. உமாதேவி BA.BL., HDCM., MBA.,
கூடுதல் ஆணையர், தொழிலாளர் துறை

முனைவர். திருமதி. ஹ.அபிராமி MA,Ph.D
தமிழ் ஆய்வாளர்

ARP. ஜெயராம்

கடலூர் மாவட்டம் சேத்தியாத்தோப்பிற்கு அருகில் உள்ள அகர ஆலம்பாடி கிராமத்தில் பிறந்தவர்.
விவசாயக் குடும்பம். DME மற்றும் MA பட்டதாரி.
500 க்கும் மேற்பட்ட விளம்பரப் படங்களைத் தயாரித்து, இயக்கியுள்ளார்.
10 திரைப்படங்களுக்கு வசனமும்,
இசைஞானி இளையராஜா, கீரவாணி
மற்றும் பலரின் இசையில்
100க்கும் மேற்பட்ட திரைப்பாடல்களும் எழுதியுள்ளார்.

Do Over என்கிற தமிழ்த் திரைப்படத்தில் இவர் எழுதிய "மாய மாய மெல்லணங்கே" என்ற பாடலுக்கு, **Cosmos International film Festival 2023**ன் சிறந்த பாடலாசிரியர் விருதைப் பெற்றுள்ளார்.

- ★ அவர்களைக் காதல் தின்று விட்டது
- ★ மாமழை போற்றுதும்
- ★ போர் யானை
- ★ https://காதல் புராணம்
  நான்கு கவிதைத் தொகுதிகளையும்
- ★ முகம் காட்டிகள்
- ★ ஒசனிச் சிட்டு
- ★ புல்லுக்கட்டு புல்லுக்கட்டே...
  மூன்று கட்டுரைத் தொகுப்புகளையும் எழுதியுள்ளார்.

ஆரூர் தமிழ்நாடன்

காதலால் நனைக்கும் காட்டாறு!

அன்பிற்குரிய கவிஞர் ஏ.ஆர்.பி. ஜெயராம் அவர்களுக்குள் ஒரு மகா கலைஞன் மறைந்திருக்கிறான். அவன் கவிஞனாகவும் திரைக்கலைஞனாகவும் அவ்வப்போது தலைகாட்டி வந்தான். இப்போது புகழ் வெளிச்சத்தில் அவன் நிரந்தரமாய் நடமாடுவதற்கான காலம் கனிந்துவிட்டது.

காதலியக் கவிஞர் ஜெயராமன், தனது தர்பாரைத் தொடங்கி விட்டார்.

மாயத்திரை கிழித்து அவர் மக்கள் முன் சுடரப்போகும், இந்த அருந்தவப் பொழுதில், அவருடைய "காதல் புராணம்" என்னும் கவிதைப் பெட்டகம், தமிழ்ச் சமூகத்தின் முன் வருகிறது. இதயத்துடிப்போடு வரும் இந்தத் தொகுப்பை இரு கைநீட்டி வரவேற்கிறேன்.

காதல் ஒரு மோசமான இன்பம். பேரன்பு மிக்க வதை. "காதல் அடைவது உயிரியற்கை" என்றாலும் அது ஒரு கிறக்கமான கண்ணாமூச்சு ஆட்டம்.

ஐம்புலனுக்கான போதை "ஒண்டொடி கண்ணே உள" என்று வள்ளுவனே பித்தேறிப் பிதற்றுகிறான். "உலகின் இசைக் கருவிகளை எல்லாம் எரித்துவிட்டாலும் எனக்கான காதலின் இசை எனக்குக் கேட்டுக்கொண்டே இருக்கும்" என, பாரசிக ஞானக்கவியான ரூமியையே கண்செருகக் காதல் மயங்க வைத்திருக்கிறது. "இதயங்கள், நீ விளையாடி உடைப்பதற்காகச்

செய்யப்பட்ட பொம்மைகள்" என்று கவிக்கோ அப்துல் ரகுமானையே கூட காதல் பயமுறுத்தி இருக்கிறது. இறந்து போன தன் காதலி செல்மாவின் உறக்கம் கலைந்து விடக்கூடாது என்பதற்காக, சைப்ரஸ் மரக்காட்டின் சருகுகளிடம் எல்லாம் மௌனம் பேணவேண்டி, லெபனான் கிப்ரானைக் கெஞ்ச வைத்துக் காதல் வேடிக்கை பார்த்திருக்கிறது. அப்படிப்பட்ட காதல், அணுவெல்லாம் காதலாகி நிற்கும் அருங்கவிஞர் ஜெயராமைச் சும்மாவிடுமா? இந்தத் தொகுப்பில் அவரை, அது தன் மேல் அங்கப்பிரதட்சணம் பண்ணவைத்திருக்கிறது. அதன் விளைவாக எழுந்த ஆழ்மனதின் பெருவெடிப்பே இவருடைய கவிதைகள்.

இந்தக் "காதல் புராணம்" கவிதைத் தொகுப்பைப் புரட்டினேன்.

இது கவிதை நூல்தானா? இல்லை... இல்லை...

இரண்டு அட்டைகளுக்கு நடுவே ஒரு கவிதைக் காட்டாறு இதனுள் பாய்ந்து கொண்டிருக்கிறது. அதிலும் இது வசீகரம் மிகுந்த வண்ணமயமான காட்டாறு. ஆயினும், இதன் பேரிரைச்சல் நம்மை மிரட்டவில்லை. மாறாக, அது உயிர் வருடும் மெல்லிசையாகப் பெருகி வழிகிறது. கால வெளியை நனைக்கும் காதலோடு இந்தக் காட்டாறு காதலாறாய்ப் பாய்கிறது.

இதன் விதி மூலமான நதி மூலமும் எது?

இது எங்கிருந்து புறப்பட்டிருக்கிறது?

திரையில் சாதிக்கப் புகுந்திருக்கும் மகா கலைஞனான ஏ.ஆர்.பி. ஜெயராமின் இதயத்திலிருந்தும், இதயத்தின் ஆழத்திலிருந்தும் இது புறப்பட்டிருக்கிறது.

இதற்கு முன்பு போடப்பட்டிருந்த இலக்கணக் கங்கு கரைகளை எல்லாம் இது உடைத்தெறிந்து பாய்கிறது. மொழி எல்லைகளையும், அபத்தமாய்க் கட்டிவைத்திருக்கும் நாகரிக எல்லைகளைகளையும் கூட இது கட்டறுத்துக்கொண்டு பாய்கிறது.

கரையில் நின்று வேடிக்கை பார்க்கிறவர்களையும், இது தன் சுழலுக்குள் இழுத்துக்கொள்ளும் வேகத்தோடு பாய்ந்து பெருகுகிறது. ரசித்தபடியே நூலுக்குள் நகர்கிறேன்.

உணர்ச்சிக்குக் கடிவாளம் ஏது? கவிதை என்பது உணர்ச்சிப் பேராற்றலாய் வெளிப்படும் போது, மரபார்ந்த வேர்களில் அது அணுத்திரளாய் வெடிக்கும். அதைத்தான் இந்தத் தொகுதியில் இதயம் மகிழ மகிழப் பார்க்கிறோம்.

பக்கத்திற்குப் பக்கம் கவிதைகள் விதவிதமாய் இசைக் கருவிகளை மீட்டுகின்றன. அவை, லய ஒழுங்கில்லாத நம் வாழ்வின் பொழுதுகளுக்கும் சுதி மீட்டுகின்றன. அவனாக, அவளாக, இருவருமாக எனக் குழைந்து குழைந்து சில்லிட வைத்துத் தகிப்பூட்டுகிறது காதல்.

எடுத்த எடுப்பிலேயே, "நெஞ்சுக்குள் கொதிப்பாகவும் நொதிப்பாகவும் நீ தகிக்கிறாய். வெந்து தணிகிறது காதல்" என காதலின் வேதிவினையை வியந்தபடியே தொடங்கும் இந்தத் தொகுப்பு, "எனது நாகரிகம் நீதான். நீ இல்லையெனில் வாழ்க்கை செயற்கையாகிவிடும்" என்று புல்லரிப்பாய் நின்று பூச்சொரிகிறது.

இதிலுள்ள இன்னொரு இனிய கவிதையோ,

"மறப்பதென்பது... நீ யாரென்ற நினைவழிந்து போவதா?" - என்றொரு கேள்வியை எழுப்பிவிட்டு, எதை மறப்பது? என்றபடியே நகார்ந்து "உன் பொய்யின் சுவையையா? உன் கோபத்தின் செழிப்பையா? உன் வேகத்தின் மிருதுவையா? உன் மௌனத்தின் புணர்வையா? எதை மறக்க வேண்டும்?" - என்றெல்லாம் இதமாக கிதார் மீட்டுகிறது. பொய்யும் சுவை, கோபமும் செழிப்பு, வேகமும் மிருது என்கிற கவிஞரின் அந்தப் பரவசப் பார்வை, மனதை ஆனந்தம் பொங்கும் அலைகடலாக்குகிறது.

பிறிதொரு கவிதை வரி,

"அளவுக்கு மிஞ்சினாலும்
அமுதம் மாறா ஷாம்பெய்ன் நீ "

- என்று போதையேற்றுகிறது. ஷாம்பெயின் என்ற சொல்லுக்குள் வலி இருப்பதையும் இந்த ஆங்கிலப்பதம் பதமாக உணர்த்து கிறது.

இன்னும் போகப் போக... இந்த நூலுக்குள் பிரமிப்பு விரிகிறது. ஒருவித கிறக்க போதை அணுவெல்லாம் ஆழ்ந்து பரவுகிறது,

காதலின் மயக்கத்திலும் கவிஞனின் கர்வம் கலைந்து விடவில்லை என்பதை...

“எனக்குள் உண்டு ஆண்டவத்தனம்
ஆனாலும் பிடிக்கிறது உன் ஆணவத்தனம்”

- என்ற வரிகள் பறையடித்துச் சொல்கின்றன. இதில் மலர்ந்த புதிய சொற்பிரயோகங்களில் இதமான ஒளி, இசைபோலக் கசிகிறது.

“வார்த்தை கூட வேண்டாம். உன் திமிரால் அழை” என்கிற காதல் விண்ணப்பம், மனதை இசைத்து அசைக்கிறது. இதில் இடையில், “அழலே அழலுற அழைப்பாயா?” என செந்தமிழில் தேவாரச் சொற்களும் திரண்டுவந்து, தித்திப்பை அருளுகின்றன.

காதலைச் சொல்லும்போது கஜல் கவிஞர்கள், பிரிவுத் துயரை நெருப்புத் துண்டங்களாய் விழுங்கி, கண்ணீரில் தாகம் தணித்துக் கொள்வார்கள். நம் கவிஞரோ...

“உன் வேர்களில் நான்
ரோஜாவாகிக் கொண்டிருக்கிறேன்”

- என்று, கஜலின் சாயலில், நம் இதயச் சுவர்களில் நீலாம்பரியைக் குழைத்துப் பூசுகிறார். நெகிழ்வின் வேர்களில் நாமே பூத்துவிடுகிறோம்.

“காதலில்லாதவனின் இரவைப் பேய்கள் தின்னுமாம் என் இரவுகளை நீயும் நானும் தின்கிறோம்” - என்று காதலுக்கான பொன்மொழியாக மென்மொழிகளையும் தயாரித்துத் தந்திருக்கிறார் கவிஞர். இதைப் படிக்கும்போது

நம் இரவுகளையும் தின்னும் இம்சைப் பேய்களின் நினைவுகள் தானாய் வந்து பயப்படுத்தி, வயப்படுத்துகின்றன.

★ எண்ணற்ற மாயங்களை நிகழ்த்தினாலும் தீராத ஆச்சரியத்தை எப்போதும் வைத்திருக்கிறது காதல். அதை வியக்கும் நம் கவிஞர்,

"காதல் மூளையின் துஷ்பிரயோகமா?
உணர்வின் யாசகமா?"

- என்கிறார். அது அன்பின் துஷ்பிரயோகமாக இருக்கலாமோ? என்கிற எண்ணமும் நமக்கு எழுகிறது.

கவிஞர் காதல்பிரியர் மட்டுமல்ல; கடல் பிரியராகவும் இருக்கிறார். அவர் மனம், அதன் அலைகளிலும், மணல் வெளிகளிலும் நிறைய அனுபவங்களைச் சேகரித்திருப்பதை, ஒருசில கவிதைகளில் ஒட்டியிருக்கும் ஈர மணலைக் கொண்டே உணரமுடிகிறது.

கால்முளைத்த மகிழம் பூக்களாய்த் திரியும் நண்டுக் குஞ்சு களையும் காதலுக்குள் கொண்டு வரும் கவிஞர்,...

"செந்நண்டாக நெஞ்சு துளைக்கிறாய்
நீர் வாளையாய் நினைவில் தூறுகிறாய்"

- என்று காதலியின் மீது குளிரக்குளிரக் குற்றம் சாட்டுகிறார். இந்தக் கவிதையும் நம் நெஞ்சை செந்நண்டாய்க் குறுகுறுத்துத் துளைக்கிறது. நீர் வாளையாய்த் துள்ளி, ஈரத்தைத் தெறிக்கிறது.

அதேபோல், தொட்டி மீன்களை வைத்துக்கொண்டு இவர் நடத்தும் மீனாலாபனையும் வியக்கவைக்கிறது. இத்தனை மீனினமா? இத்தனை வியப்பூட்டும் தகவல்களைச் சுமந்து கொண்டா அவை நீரில் நீந்துகின்றன? என்கிற திகைப்பில், நாமே நீந்துகிறோம்.

★ காதலில் கூடு பாய்வது என்பது இனிய அனுபவ வரமாகும். பெண் உடலுக்குள் நுழைந்து காதலை உய்த்துணரும் கவிஞர்...

"நான் திட்டமிடாத ஆனந்தம் நீ
மலையடிவார ஆடாய்
மனம் மேய்ந்தவன் நீ..."

- என்றெல்லாம் புதிய புதிய உவமைகளைச் சொல்லி மனதை மேய்ந்து விடுகிறார்.

மற்றுமொரு காதல் கவிதை, சவுக்கு மரப் பின்னணியில் காதலைப் பேசுகிறது. கூடவே சவுக்கின் பெருமையையும் காதலாய்ப் பேசுகிறது.

"யவனீ
சவுக்குப் பழமாய்
உள்ளத்தை உறுத்துகிறாய்...
உப்பரிக்காத மரம் நான்
உன் உப்பரிகையும் நான்தான்"

- சவுக்கின் மினியேச்சர் தேன்கூடு போன்ற காயைப் பழம் என்கிறார். அதுபோல் உள்ளம் உறுத்துகிறாய் என்று குறுநகைப் புகாரையும் வாசிக்கிறார். இதில் சவுக்கின் பெருமைகளைச் சொல்லும் போது, மரத்தைக் கவனிப்பதா? மன் - மதத்தைக் கவனிப்பதா? என்று திண்டாடவேண்டியிருக்கிறது.

★ காதலியை செல்லம்மா... கண்ணம்மா... என்று கொஞ்சி அழைத்தான் பாரதி. அது இன்று பாதகி, ராட்சசி என்று திரைக்கவிஞர்களால் மிரட்டல் அழைப்பாகவும் மாறி யிருக்கிறது. ஆனால் நம் கவிஞரோ...

"புன்னகி..., யவனீ, ஏ முரடீ..., திரளீ... மென் திரளீ... அடி செவ்வீ, அடி மையலி..., ஹேய் பம்ப்ளீ... அடீ எரிகா... ஹேய் கனவுக்காரீ..." என்றெல்லாம் கிறங்கக் கிறங்க அழைத்துக் கொஞ்சுகிறார். பதிலுக்கு இவருக்குள் இருக்கும் காதலியும்,

"தீராதவனே...
சூயிங்கம் போல்
மனசு உன்னை மெல்கிறது"

- என்று, கெஞ்சல் கலந்த கொஞ்சலால், தமிழைத் தகிக்கவிடுகிறார். இத்தகைய கவிதைகள் நடத்தும் ஈர விளையாட்டை இதயம் நிறையவே ரசித்துக் கைதட்டுகிறது.

★ கவிஞர் காட்டும் கும்பக்கரை அழகும் ஈர்க்கிறது. அங்கு இவர் போடும் தெம்மாங்கும், நம் இதயத்தையே தபேலாவாக ஆக்குகிறது.

“மயினி மயினி மயினி
மதனக்கார மயினி
மதம்புடிக்குது மதம்புடிக்குது”

- என்றெல்லாம் நம் கவிஞர் சொற்களுக்கே மதம்பிடிக்க வைக்கிறார். விறுவிறுப்பான இந்தக் கவிதை திரையிசையாய்ப் பிறப்பெடுத்து விரைவில் நம் செவி நனைக்கும் என்று நம்புகிறேன்.

★ “யாரும் நீயே” என்கிற கவிதை, ஐம்புலன் மயக்கத் திற்கான ஒரு காக்டெயில் கலக்கல். வெளியே சென்று நுகர்வதில், எல்லாம் நீதான் என்று, இதமாய் ஏமாற்றுகிற கவிதை இது.

அதுபோல்,

“குட்டிப்பொய்தான்
புது உண்மை என
காதல் சொல்கிறது.
நீ என்ன சொல்கிறாய்?

குற்றமிலா ஏமாற்றுதான்
புது நேர்மை என
காதல் சொல்கிறது.
நீ என்ன சொல்கிறாய்?”

- என்கிற கவிதையும், நிழலுக்கு நிஜ வண்ணமடிக்க முனைகிறது, இது தடம்புரளும் இதயங்களை நகலெடுத்துக் கொண்டு அதற்கு நியாயம் பேசுகிறது. இதன் குரல் கொஞ்சம் பயமுறுத்தவும் செய்கிறது. காதலுக்கு எல்லை இல்லை என்றாலும், எல்லையோடு எல்லை மீறலாம் என்பதே இதற்கான எல்லை என்றும் கொள்ளலாம்.

"இன்ஸ்டா யுவா, உன் ID சொல்..." என்று, தொடங்கும் ஒரு கவிதை, "செல்லம்மா?... குட்டிப்பூ?... வைஸ்ணவம்?... முத்தக்காரி?... பிசாசி?" -என்றெல்லால் காதல் நீரோடையில் இறங்கி, இவர் கவிதை கும்மாளமும் அடிக்கிறது.

இப்படி காதல் புராணத்தை அதிநவீனப் பார்வையால் விதவிதமாக ஆராதிக்கும் கவிஞர்,

"அந்த இரவு இன்னும் முடியவில்லை
அதற்குள் ஏன் கலைந்தாய்?"

- என்றும் சொற்களால் ஷெனாய் இசைத்து, ஆழங்காணாத சோக உணர்வில் ஆழ்த்துகிறார். வாழ்வில் சந்திக்கும் ஆச்சரியம் கலந்த இனிய அனுபவங்கள், கலைகிறபோது இப்படியொரு சோகம் நெஞ்சில் அறைவதுண்டு. அதுவே பிரிவுத் துயராகவும் புனைபெயரை சூடிக்கொள்வதும் உண்டு.

இந்தத் தொகுப்பில் இடம்பெற்ற கவிதைகள், நம் கவிஞரின் மன ஆழத்தை உணர்த்தித் திகைப்பூட்டுகின்றன. தரை காணாத அந்த ஆழம், காதலை மட்டுமே காண்கிறது.

இப்படி எல்லாம் காதலை வெளிப்படுத்த முடியுமா? அதன் அனுபவ அவஸ்த்தையில் இவ்வாறெல்லாம் சிக்க முடியுமா? கண்ணுக்குப் புலப்படாத காதலை இந்த மாதிரியெல்லாம் தரிசிக்க முடியுமா? இப்படியான இந்த ரசனைதான் இவரது கவிதைகளுக்கான அசுர பலம்.

மொத்தத்தில், கவிதை வெளியில் இதுவரை எவரும் நடக்காத பாதையில் நடப்பதால், ஜெயராமன் சுயராமனாய்த் திகழ்கிறார். இந்தத் தொகுப்பு உலகக் காதலர்களுக்கான பரவசத் திருவிழா. அந்தரங்க அன்பின் அபிநய மேடை. உயிர்ப்பை அதிகரிக்கும் உணர்வியல் பயிலரங்கம்.

காதலியக் கவிஞர் ஏ.ஆர்.பி. ஜெயராமின் கவிதைகள், உலக இலக்கியத் தகுதி பெற்றவை. சர்வதேச அரங்கில் மலர வேண்டிய இவருடைய கவிதைச் சிந்தனைகள், தமிழை அலங்கரிப்பது நாம் பெற்றபேறு.

காதலைக் கொண்டாடும் இவரைக் காதலும் கொண்டாடு
கிறது. அதற்கான அடையாளங்களே இந்தக் கவிதைகள்.
ஷெல்லி, பைரன், மில்டன், ஜிப்ரான்களின் வரிசைக்கு இவர்
இடம் பெயர்வார் என்ற நம்பிக்கை, மனதின் ஆழங்களில்
இருந்து பிறக்கிறது.

வாழ்த்துகளோடு,
ஆரூர் தமிழ்நாடன்
3.12.2024

பழநிபாரதி

காதல் நவீனன்... ஜெயராம்

- பீனல் கோடுகள் கடந்து காதலின் சிறகசைப்பு...
அற்புதம் ஜெயராம்!

- அட்டகாசம் ஜெயராம்!
ஐன்ஸ்டீன் விளையாட்டுதான் ஆற்றல் சமன்பாடா?

- கஜுராஹோ கலித்தொகை... அருமை ஜெயராம்

- எழில் தமிழி...
புளூடூத் ஆண்டாள்... ஆஹா!

- இசையுமில்லாத,மௌனமுமில்லாத
பாதி விதைக் காதல் // உணர்வுபூர்வமான விவரிப்பு.
அருமை ஜெய்.

- ஸீரோ டிகிரி ஸ்பரிசனுக்கு... வாழ்த்துகள்!

- அறிவுமதி அண்ணன் சொன்னது சரிதான்:
அணு அணுவாய் சாவதற்கு முடிவெடுத்த பின்
காதல் சரியான வழிதான்

- மூன்றாம்பால் திரட்டு.

- காதலின் / காதலியின் Pink ஐ மென்றொத்த அழகு.

- இளமை... இனிமை... இவை எல்லாமும்
வெள்ளைப் பொய்களா
வெளிர்சிகப்பு உண்மைகளா ஜெயராம்?

தித்திப்பு / உப்பு
திரவ உரையாடல்...

 மழையில் தீப்பற்றும் மையல்...

செங்களம் ஆடுவது போல் செவ்வரிகள்...
 சிறப்பு! மகிழ்ச்சி!
மொழி ஆளுமை வாழ்க ஜெயராம்!

பழநிபாரதி

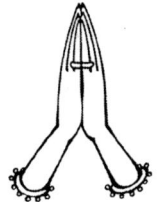

"தத்தளிக்கும் மனமே தத்தை வருவாளா
மொட்டு இதழ் முத்தம் ஒன்று தருவாளா
கொஞ்சம் பொறு கொலுசொலி கேட்கிறதே..."
எழுதிய கவிதையைப் போல, எந்தக் கவிஞனும்
இருப்பதில்லை என்றொரு கூற்றுண்டு.

ஆனால் என் காதலுக்குரிய கவிதாயன் பழநிபாரதி அவர்கள், மெய் உயிர் மயக்கம்போல் மெல்லினக்காரர்.

அவர் தமிழெல்லாம் காதல்;
அவர் மனமெல்லாம் கவிதை;

என் கவிதைகளுக்கு அவர் அனுப்பிய பின்னூட்டங்களில்...
நான் ஊட்டம் கொள்கிறேன்.

நன்றியுடன்,
ஏஆர்பி. ஜெயராம்

பட்டுக்கோட்டை பிரபாகர்

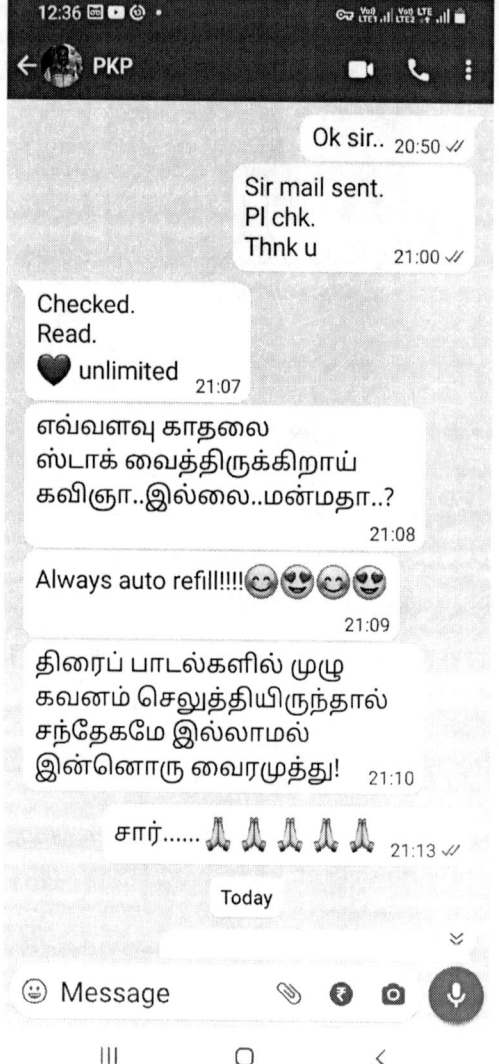

"உன் காதல் கவிதைகளின் சமையலறையில்
உப்பும் சர்க்கரையும் சம அளவில்!
ஜீரணத்திற்கு இஞ்சியும், மிளகும்
இணைப்பாக, கடுகாக தாளித்துக் கொட்டுகிறாய்
தகிக்கும் வார்த்தைகளை! பசித்துப் புசித்த பின்னும்
பசிக்க வைப்பவனே... வாழ்!"

"கரையோரம் காத்திருந்து தூண்டில் போட்டு மீன் பிடிப்பது
போல வார்த்தை பிடிக்கிறீர்கள். ஸாட்டீன் ஸாரியாக
வழுக்கிச் செல்கிறது வாக்கியங்கள். சொக்க வைக்கும்
வசீகரத்துடன் ட்ரெண்டி விருந்து!"

"உங்களுக்கான பெரிய அங்கீகாரம் இதோ பக்கத்தில்
நெருங்கிக் கொண்டிருக்கிறது. வாழ்க!"

"கவிதையாலும் போதை ஏற்ற முடியும் என்பதை
நிரூபிக்கும் கவிதை!"

பட்டுக்கோட்டை பிரபாகர்

ஆடைகளையும், நண்பர்களையும், நேரத்தையும்
சரியாக தேர்ந்தெடுக்க வேண்டும் என்பார்கள்.
அந்த லிஸ்ட்டில் இன்ஸ்பிரேஷனும் உண்டு.
சரியாகத் தேர்ந்தெடுக்க வேண்டும்.

எனது இன்ஸ்பிரேஷன்களில் முக்கியமானவர்
PKP எனும் பட்டுக்கோட்டை பிரபாகர் அவர்கள்.
எனது கவிதைகளுக்கு அவர் அனுப்பிய
வாட்ஸப் விருதுகள் இவை.

கொடுப்பதூஉம் குறை கொடாது.. அவர் கொடுத்துள்ளார்.
கொள்வதூஉம் மிகை கொளாது.. நான் கொள்கிறேன்.

நன்றி PKP சார்.

நன்றியுடன்,
ஏஆர்பி. ஜெயராம்

Sweaty T shirt Experiments என்கிற மார்க்கெட்டிங் ஆய்வை சுவிட்சர்லாந்தின் ஆடை தயாரிப்பு நிறுவனம் நடத்தியது.

பல கல்லூரி ஆண்களிடம் தங்கள் தயாரிப்பு T Shirt ஐ தந்து பல நாட்கள் அணிய சொல்லி திரும்ப வாங்கிக் கொண்டார்கள்.

ஆண்கள் அணிந்திருந்த T ஷர்ட்டையும்,
யாரும் அணியாத புது T ஷர்ட்டுகளையும்
ஷோரூமில் தொங்கவிட்டு,
இளம்பெண்களை ரேட்டிங் பண்ண சொன்னார்கள்.

அத்தனை பெண்களும் ஆண்கள் அணிந்திருந்த
T Shirt களின் வாசனையால் தூண்டப்பட்டிருக்கிறார்கள்.
ஆண்கள் அணிந்து வைத்த T Shirtகளையே Select
பண்ணியிருக்கிறார்கள்.

இந்த Opposite பாலின வாசனைத் தூண்டலை Pheromones என்கிறது பாலின அறிவியல்.

காதல் அப்படித்தான்.

நேற்று, இன்று, பழசு, புதுசு... என்ற தந்திரங்கள் காதல் Geneticsல் இல்லை.

என்றும் காதல் காதல்தான்.

DNAவில் Oxytocin தீரும் வரை காதல் நிகழும்... புது ட்ரெண்டோடு! பழைய உணர்வோடு!

எல்லோரின் காதலும் எல்லோருக்குமான காதலும் இதில் உண்டு.

காதலுடன்
ARP. ஜெயராம்

📞 98410 25008 / 70100 63141

✉ arpjayaraam@gmail.com

🅕 Arp Jayaraam

சென்னை
04 - 12 - 2024

காதல் IDs

1.	வெந்து தணிகிறது காதல்	23
2.	இன்னும் கொஞ்சம்	27
3.	அழைப்பாயா!	34
4.	காதலில்லாதவள் இரவு	37
5.	காதல்பால்	41
6.	நிர்வாணி	46
7.	மெல்லனே	48
8.	மீன் ஞானம்	51
9.	யவனீ	56
10.	காதல் கடவுளி	59
11.	காதல் ஒரு Cupcake	62
12.	கடவுள் ஸ்டேட்டஸ்	68
13.	தேவதை சொல்	70
14.	மழையின் அந்தரங்கம்	74
15.	முரடீ	76
16.	மொய்குழலி	80
17.	இப்படிக்குக் காதல்	83
18.	தீராக் குருவிகள்	84
19.	திரளீ	88
20.	மதனகம்	94
21.	காதல் பொம்மை	98
22.	போர்நிலப் பெண்	104
23.	தோகையாள்	111
24.	Ex...	116
25.	காதலாளிகள்	124

26.	சுயம்பரம்	128
27.	மஞ்சள் ஆக	129
28.	பாடுபொருள்	131
29.	மும்மடங்கு காதல்	133
30.	XOXO	139
31.	காதல் சிகண்டி	146
32.	விடாது மனம்	153
33.	மொட்டவிழ் நேரம்	156
34.	யாரும் நீயே	165
35.	நீ என்ன சொல்கிறாய்?	167
36.	ஏன்??	170
37.	ID	171
38.	அவளும் நானும்	173
39.	Photoshop மனசு...	178
40.	பூபி... பூபா...	183
41.	Do Over	188
42.	சொல்லத்தான் நினைக்கிறேன்	192
43.	காதலின் இயற்பியல்	198
44.	உடனே வா	203
45.	மகிழினி	208
46.	ஜில்லியன் அளவு காதல்	212
47.	கலவிக் காதலி	217
48.	காதல் புராணம்	221
49.	AI உறவி	223
50.	உன்னோடு என் மழை	226

https://
காதல் புராணம்

1. வெந்து தணிகிறது காதல்

உன்னை...
உன் மீதுள்ள காதலை...
மறக்க முடியவில்லை;

Unlove you
எப்படி சொல்வேன்?!
நெஞ்சுக்குள்
கொதிப்பாகவும்
நொதிப்பாகவும்
நீ தகிக்கிறாய்;

வெந்து தணிகிறது காதல்;

எனது
நாகரிகம் நீதான்;
நீயில்லையெனில்...
வாழ்க்கை
செயற்கையாகிவிடும்;
Lisztomania போல்...
உன் சிரிப்பைக்
கேட்டுக் கொண்டேயிருக்கிறேன்;
Textrovert போல்...
உன் பெயரை
எழுதிக் கொண்டேயிருக்கிறேன்;
கற்றுப் பெறுவதும்
கற்றுத் தருவதும்
ஒன்றாய் நிகழ்வது
உன் காதலில்தானே!!
நீ...
நான்...
Youniverse என்று புரிகிறதா!?
ஒளித்துளை போல்
உன் மீதான காதல்...
எங்குத் துவங்கியது
எனத் தெரியவில்லை;
இதயமும்
ஞாபகமும்
சேர்ந்துதான் துடிக்கிறது;
உன் Liptease புன்னகையா?!
உன் Eyesome பார்வையா?!
உன் Bedgasm முத்தமா?!
உன் Nir.va.na வாசமா?!
உன்னை மறக்க முடியவில்லை...

மறப்பதென்பது என்ன?
நினைக்காமல் இருப்பதா?
நீ யாரென்ற
நினைவழிந்து போவதா?

உன் பொய்யின் சுவையையா?
உன் கோபத்தின் செழிப்பையா?
உன் வெட்கத்தின் மிருதுவையா?
உன் மௌனத்தின் புணர்வையா?
எதை மறக்க வேண்டும்...?
சம்பவங்களையா...?
உன்னையா...?

அளவு மிஞ்சினாலும்
அமுதம் மாறா
ஷாம்பெய்ன் நீ;

எத்தனை வண்ணங்களைக்
கலந்து கொட்டினாலும்
என் ரத்தச் சிவப்பு நீ;

என் குறிக்கோள்களின்
கூறு நீ;
என் இதயத்தை செலவாக்கிய
EXXY நீ;

இந்த நொடி வரையான
Exhaleம் நீ;
இந்த நொடி முதலான
Inhaleம் நீ;

"நீருறை மகன்றிற்
புணர்ச்சிபோலப்
பிரிவரிதாகிய..."
நிறைந்த நான்!
நிறைத்த நீ!

மகக் குழையே;
மலர்க் குழைவே;

சொல்...
எப்படி மறப்பது?

சொல்...
ஏன் மறக்க வேண்டும்?

I Belong to யுவர் stock !!

20 - 08 - 21

2. இன்னும் கொஞ்சம்...

காதல்..
Under maintenance !

இப்பொழுதெல்லாம் அதிகமாக
பழைய மெமரீஸ்தான்
இதமாக இருக்கிறது;

இப்பொழுதெல்லாம் அதிகமாக
உனக்கும் எனக்கும் இடையில்
குற்றச்சாட்டுகள்தான் இருக்கிறது;

இப்பொழுதெல்லாம்
உன்... என்...
உணர்வோ
வார்த்தையோ
காதலோ
காயப்பட்டுக்கொண்டே
இருக்கிறது;

இப்பொழுதெல்லாம்
நீ மாற வேண்டும் என நானும்
நான் மாற வேண்டும் என நீயும்
வற்புறுத்துகிறோம்;

நான் "சரி" என்று
நான் சொல்கிறேன்;
நீ "சரி" என்று
நீ சொல்கிறாய்;

நான் வருந்துவதும்
நீ வருந்துவதும்
தொடர்ந்து நிகழ்கிறது;

திடீரென
உனக்கு நானும்
எனக்கு நீயும்
வேறுபாடுகளாகத் தெரிகிறோம்;

பின்னிழுக்கிறது கால்கள்!
பின் நோக்குகிறது நெஞ்சு!

என் பயணப் பையிலிருந்து
துணிகளை எடுத்துத்
துவைக்கப்போடுவது போல்...
இந்தக் காதலைத்
துவைக்கப் போட முடியுமா?

“நீ
ஒரே ஒரு
sorry மட்டும் கேட்டு விடேன்...
காதல் பிழைத்துவிடும்”
என்கிற unfold கெஞ்சலை
மனசு மூடிவிட்டது;

உன் மெசேஜ்களைப் பார்க்காமலே
வாட்ஸப் கடக்கிறேன்;

உனக்காக மட்டுமே வைத்திருந்த
Basorexia முத்தங்கள்
கரைந்துவிட்டன;

உன் Musky வாசனையோடு
உடல் சிலிர்த்து வரும்
பெண்கள் மீது
பொறாமை வரவே இல்லை;

"என்னைத் தொட்டு அள்ளிச்சென்ற
மன்னன் பேரும் என்னடீ?!"
ரிப்பீட் model
100 முறை கேட்ட பாடலை
டெலீட் பண்ணிவிட்டேன்;

ஒரு Glass ஒயின்
ஒரு முன்னந்தி வெயில்
ஒரு நாய் குட்டியின் முடி கோதல்
ஒரு மலாசனா யோகா
...போதுமானதாக உள்ளதே
உன்னை மறப்பதற்கு 💔

ஆனால்... உன் நினைவுகள்??
கொல்லுதடா;

மழையில் நனைந்த ஒரு பொழுதில்
coffeeயா? டவலா?
என்ன வேண்டும் என
நான் கேட்டபோது...
"நீ..." என
நீ சொன்னது
என் நினைவுகளில்
வெப்பமாய்க் கொப்பளிக்கிறது;

பிரண்டைக் கொடிபோல்
அந்த Nostalgia படர்கிறது;

நாமிருக்கும் screenshots

நான் மேக்கப் போடாதபோது
நீ சொன்ன "Beautiful"

உன் வாட்ஸப்பில்
typing எனப் பார்த்தபோது
எனக்குள் குறுகுறுத்த பரவசம்

நான் பேசுவதை
"உம்" கொட்டிக்கொண்டே
நீ கேட்டுக்கொண்டிருந்த
addiction பொழுதுகள்

என்னைச் சுற்றிச் சுற்றிச்
தழுவிக்கிடந்த
உன் புன்னகை

நீ மட்டும் பார்க்கும்படியாய்
என் அந்தரங்கத்தில்
நான் பச்சைக் குத்திய
உன் பெயர்

நீ முதுகு வழித்துவிட
நான் பார்த்த Netflix

நீ சொன்ன stupid ஜோக்ஸ்

நீ கூச்சலிட்ட
mating தருணங்கள்

ஒரு கூடை போல்
உன்னுடனான நினைப்பு...
என் தலையில்
கவிழ்ந்து கிடக்கிறது;

தனித்துத் திளைப்பதை
Masturating என்பார்கள்.
நான்
உன் நினைவோடு திளைக்கிறேன்;

உன்னைப் பிரிந்தும்
உன்னை நினைந்தும்
இரட்டையாக நான்;

நினைவுகளை
நினைவுகளால்தான்
கடக்க முடியும்;

இன்னும் கொஞ்சம்
நினைவுகள் வேண்டும்...
ஒருமுறை
“ஐ லவ் யூடீ...” சொல்லேன்

06 - 06 - 22

3. அழைப்பாயா!

அழைக்கும் தூரத்தில்தான்
நான்;
அன்பே... அழைப்பாயா!

உன் Eyebrow முடி உரசலில்
ஹைக்கூ கேட்டேன்;
அன்பே... அழைப்பாயா!

என் வெளியே துடிக்கும்
இதயம் நீ;
எனை விண்கலம் ஆக்கும்
வெளியிடை நீ;
அழைப்பாயா!

நீ Chin up செய்தால்
சிலப்பதிகாரம்;
அந்த சிம்பிள் Pimple
சிம்பொனி ஸ்தானம்;
அழைப்பாயா!

நீ உம் கொட்டும் அழகில்
உமர்கய்யாம் ஆனேன்;
உன் Pass on பார்வையில்
பழந்தமிழ் கற்றேன்;
அழைப்பாயா!

எனக்குள் உண்டு
ஆண்டவத்தனம்;
ஆனாலும் பிடிக்கிறது
உன் ஆணவத்தனம்;

நீ தனிமை கொள்வது
இயற்பியல் ஹம்பக்;
உன் இளமை என்பது
8G நெட்வொர்க்;

வார்த்தை கூட வேண்டாம்
உன் திமிரால் அழை;

திரும்பாத காற்றில்லை
திறக்க முடியாத
பாஸ்வோர்ட் இல்லை;
அழைப்பாயா!

அழலே... அழலுற...
அழைப்பாயா!

26 - 06 - 21

4. காதலில்லாதவள் இரவு

ஹேய் babe...
உன்னை
உன்னிடம் தரப் போவதில்லை;

என் தலையணை பக்கத்தில்
உன் இரவு ஆடைகளின்
வோத்கா வாசம்
ரசிக்கிறேன்;

எவ்வளவு நெருக்கமும்
போதாதடா...
உன்னை
என்னில் கரைத்துவிடு;

உன் வேகத்தில்...
நான்
பின்தங்குவதில்லை;

எப்போதும்
என் Brench நீ;

மஸ்காராவா...
லிப்ஸ்டிக்கா...
எது உன் உணவு?!

உன் வேர்களில்
நான்
ரோஜாவாகிக் கொண்டிருக்கிறேன்;

வெளிச்சத்தின்
சப்தமாய் நீ;

வாழ்க்கையைவிட
உன்னைத்தான்
அதிகம் நேசிக்கிறேன்;

காதலில்லாதவள் இரவை
பேய்கள் தின்னுமாம்...
என் இரவுகளை
நீயும் நானும் தின்கிறோம்;

காதல்...
மூளையின் துஷ்பிரயோகமா?
உணர்வின் யாசகமா?
மனதின் பின்முகமா?

மிட்நைட் பாடலின்
குளிர் குழை நீ;
உன்
உளை சிலிர்ப்பில்...
உச்சி கடந்தேன்;

உன் புயங்கள் புகலாக
நிலையழிவேன்;
உன் புன்னகையில்
அஞ்சிறைத் தும்பியாவேன்;

செந்நண்டாக
நெஞ்சு துளைக்கிறாய்;
நீர் வாழையாய்
நினைவில் தூறுகிறாய்;

அணுவாகவும்
விஸ்வரூபமாகவும்
என் யௌவனத்தில்
கிளைவிட்டுக் கிடக்கிறாய்;

கனவிற்கும்
காதலிற்கும்
impossible இல்லை;

என் சுற்றுச்சூழல்
காதல்தான்;

உனக்கும் எனக்குமான
காதல் தூரத்தில்
காலம் வசிக்கிறது;

ஹேய் babe...
ஐ லவ் யூ more & more;

இந்த உலகம்
முடியும் போது
நம் காதலை மட்டும்தான்
மிச்சம் வைத்திருக்கும்;

06-10-20

5. காதல்பால்

Hey..its me.

இதற்குத்தானே காத்திருந்தாய்
வந்துவிட்டேன்;

நீ விரும்பிய அபாயம்...
உன்னிடம் இருக்கிறேன்;

காதலை...
முரண்பட்ட நோய் என்கிறார்கள்.
ஆர்கனின் வலி என்கிறார்கள்.

ஆனாலும்...
நீ தேடினாய்
உனக்குக் கிடைத்துவிட்டேன்;

காதல்...
Identity merging
Priority shifting
Emotional pressure
Immunity problem
Possessive disorder...
பலவிதமாய்
பால் அறிவியலர்
பயமுறுத்துகிறார்கள்.

காதல்...
ப்ளாட்டோ தியரிப்படி
உயிரின் பசியா?
உயிரின் குரலா?
உயிரைப் பழுதுபார்க்கும் நிகழ்வா ?

காப்பியங்கள் முதல்
நெட்பிளிக்ஸ் வரை
நிறைய விதத்தில் சொல்கிறார்கள்.

காதல்...

"நிலத்தினும் பெரிதே
வானினும் உயர்ந்தன்று
நீரினும் ஆரள வின்றே..."

குறுந்தொகை...
காதலுக்கு அளவு கூறுகிறது.

காமத்துப்பால் என
குறள் தலைப்பிடுகிறது;

காதல்...
ஆதியில்
ஆப்பிரிக்க சமவெளியில்
ஒத்தாசைக்காகத் தோன்றிய
ஒன்றுபடல் என்கிறார்கள்.

இயற்கைத் தேவை அல்ல
இன நீடிப்புத் தேவை... என
பயாலஜி உலகினர்
பரிந்துரைக்கிறார்கள்.

ஜீன் சேர்க்கைகளுக்கான
பண்டமாற்றாய்ப்
பரவுகிறது என்கிறார்கள்
தலைமுறை வடிவமைப்பாளர்கள்.

5 சதவிகிதமே
ஒருவருக்கு ஒருவர் என
நேர்மை காப்பதாக
நிஜம் சொல்கிறார்கள்
நிபுணர்கள்.

வர்க்கம் தாண்டி
வர்த்தகம் தாண்டி
தர்க்கம் தாண்டி
தத்துவங்கள் தாண்டி..
அமினோ அமில லீலைகள்
அதையும் தாண்டி...
புனிதமானதென்கிறாய் நீ.

இதோ...
உன்னருகே
உன் கண்மணீ;

Hey Papi...
பார்த்துக்கொண்டே இருப்பதா...
கேட்டுக்கொண்டே இருப்பதா...
பேசிக்கொண்டே இருப்பதா...
தொட்டுக்கொண்டே இருப்பதா...
உன் விருப்பம் தீர்ப்பதா...
எப்படி நான் – காதலிப்பது?!

உன்
Emotional numbness உணர்வதா?
உன் Limitation
உன் Illusion
உன் Decision...
நான் – புரிந்துகொள்வதா?

உன் Updating ஆசைகளுக்கு...
Attitude முரண்களுக்கு...
நான் – அட்ஜஸ்ட் ஆவதா?

உன்
ஒவ்வொரு முத்தத்திற்குப் பிறகும்
நீ special என
நான் – feel காட்டுவதா?

உனக்கு முந்தைய நானும்
உனக்குப் பிந்தைய நானும்
உனக்குப் பிடித்த
நானாக மட்டுமே
நான் – இருப்பதா?

எது காதல்?!

Hey Papi...
என்னை நீ
எப்படி காதலிக்கப் போகிறாய்?!

Barcode ஆகக் கருதி
என் இதயம் வரை
scan செய்யப் போகிறாயா?
Bar சாக்லேட்டாகக் கருதி
கடித்துத் தின்று
கரைக்கப் போகிறாயா?

உன் பொருளா
நானும் – காதலும்?!

14 - 02- 22

6. நிர்வாணி

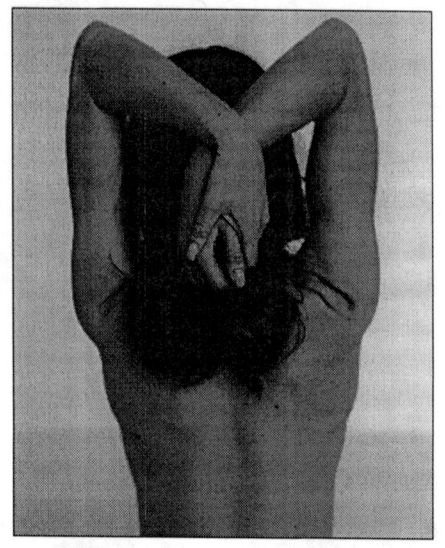

வெள்ளிக்கிழமை
மீதம் இருந்த காதலை...
அப்படியேக் கொடு!
குளிர்சாதனப் பெட்டிதான்
என் இதயம்;

சுவிஸ்ஸின்
UBS வங்கிக் கணக்கு போல்
நீ
ரகசியமாய் வளர்கிறாய்;

வாழ்க்கை
தெளிவற்றுப் போகும்போது
என்னை அட்ஜஸ்ட் பண்ணும்
Focus பட்டன் நீதானே;

இந்த இரவும்
இந்தப் பகலும்
வெளிச்சத்தின் குறைபாடுகள்...
நீதான் நிலையான
வெஞ்சுடரொளி;

மூக்கை மூடிக்கொண்டு
வேட்டையாடும்
பனிக்கரடி போல்...
வெட்கத்தை மூடிக்கொண்டுதான்
காதலின் பின்னால் திரிகிறேன்;

காதல்...
மனதின் நிர்வாணம் அல்லவா;

உன்னை
எனக்குள்
ஊற்றிக் கொண்டே இருக்கிறாய்...
wine tears போல்
நான்
ஆவியாகிக் கொண்டே இருக்கிறேன்;

நான் அலையாத்தி...
நீ தாங்கு வேர்;

அடி...
என் எரிபொருளே...
நீயாகி விடுகிறேன்
நானாகி முடிகிறேன்;

10 - 03 - 21

7. மெல்லனே...

அதிகபட்சமாக ஆண்கள்தான்
காதலை...
முதலில் சொல்லியிருக்கிறார்கள்.
நம்மில்
நான் முந்திக்கொண்டேன்;

நேபா பள்ளத்தாக்கின் ஒயினை
ஒரு திண்மக் கோப்பையில்
குடித்துக் கொண்டே;

உன் சீஸி ஜோக்குகளுக்கு
கூக்கபரா பறவையாய்
சிரித்துக் கொண்டே;

உன் திட்பமான அழகை
புல்லாங்குழலாய்
வாசித்துக் கொண்டே;

உன் அருகாமையில்...
நான்
கொதித்துக் கிடக்கும்
இந்தப் பொழுதில்...
எப்படிப் பார்த்தாலும்
வானம் தெரியவில்லை;

மோனத்திருப்பது
இதுதானோ?!

நிழலின் கனமும்
மெய் வருத்தும்
மென் தருணத்தில்...

காற்றுக்கும் கேட்காத
உன் பாடல்
எனக்குள் ஒலிக்கிறது;

நான் திட்டமிடாத
ஆனந்தம் நீ;

மலையடிவார ஆடாய்
மனம் மேய்பவன் நீ;

மெல்லனே...
மிருதலையாய்
நீ தொட்டபின்
அகழி நீராய் இருந்த
என் பெண்மை
ஆழியாகிவிட்டது!

23-08-20

8. மீன் ஞானம்...

தனக்கெனத் தேங்கிய
தட்டைக் கடல்!

தனக்கென ஆக்கிய
அரை இன்ச் அலைகள்!
தனக்கெனச் சுழலும்
குறு நீரோட்டம்!

...கண்ணாடிக் தொட்டிக்குள்
பல ஆயிரம் மைல்கள் நீந்தி
வாழ்வைத் தேடுகின்றன
வளர்ப்பு மீன்கள்!

புலம் பெயர்ந்த
தாய்லாந்தின்
தங்க மீன்களோ...!

சயனைடு தூவி
நெட்டில் பிடித்த
நெதர்லாந்து மீன்களோ...!

தோல் நிறம் மாற்ற
மருந்து குத்திய
மனாஸ் மீன்களோ...!
பாலிதீன் பைகளில்
பாலுறவு கொள்ளும்
பாங்காக் மீன்களோ...!

பிளாஸ்டிக் சர்ஜரி செய்த
பிரேசில் மீன்களோ...!
ஹைபிரீடில் கொழுத்த
ஹாங்காங் மீன்களோ...!

பெயர் குழம்பிய
பெரு மீன்களோ...!
சிதைந்த மரபணுக்கள் சேர்ந்த
சீன மீன்களோ...!

100 வயது க்ராண்டடின்
வாரிசு மீன்களோ...!
ட்வீட்டரில் பதிவேற்றும்
டீனீஸ் மீன்களோ...!

புற்றுநோய் சிகிச்சைக்குரிய
பூபா மீன்களோ...!
ஜலசந்திகளில் திசைமாறிய
ஜப்பான் மீன்களோ..!
பிராணன் தேடும்
பிலிப்பைன்ஸ் மீன்களோ...!

அமெரிக்காவின் மின்சார மீனோ;
ஜகார்தாவின் முதுகெலும்பியோ;
இந்தோனேஷியாவின் கதுப்புகளோ;
கொலம்பியாவின் முதிருயிரியோ;
கொல்கத்தாவின் இளவுயிரியோ;

கொளத்தூர் மீனகத்தில்
நான் வாங்கி வந்த
அலங்கார மீன்கள்...
மால் அவதார மற்சமோ!
பவளப்பாறை பழலோ!

மூச்சுப் பயிலும்
முழித்துறங்கும்
குடுவை மீன்களே
எங்கிருந்து வந்தீர்கள்?

நீங்கள்
பழமூட்டி வளர்த்த கிளியாய்ப்
பறந்து போய்விடுவதில்லை
பாலூட்டி வளர்த்த பூனையாய்
படிதாண்டிச் சென்றிடுவதுமில்லை

அடைத்த நீரில்
அடைபடா ஓட்டம்!

மீன்களின்
நிர்வாணம்...
நீர் தவம்!

செல்ல மீன்களின்
செதில் அசைவில்
அமைதி பாய்ந்தோடும்
...அறிவிற்குள்!

எல்லா மீன்களும்
தன்னைப்போல்
தன் சக மீன் இல்லையென
தற்பெருமை பேசுவதுண்டு.
ஆகவேதான்
வாய் திறந்து
வலை கொள்கின்றன.

ஆனாலும்...
விஷமிகளோடு
விவாதிப்பதை விட
மீன் நோக்குதல்
மெய் சுகம்.

தாயிட்டத் தூளியாய்
மனம் ஆற்றிடும்!
கரும்பு பூ விரியாய்
கண்ணீர் பிரியும்!

கிட்டத்தில் கடவுள்!
கிட்டும் சித்தார்த்த புலன்!

380 கோடி ஆண்டு நீரும்
53 கோடி ஆண்டு மீனும்
பிரிவறியா பேரின்பமெப்படி?

என் காதலில்
மீனும் உண்டு;

"யானு நீயு மெவ்வழி யறிதும்..."
நீரின்றி அமையாது மீனும்
நீர் தோன்றிதான் நானும்;

நானும் மீனும்
மகன்றிலாய் நீர் வாழ்ந்தோம்!

கொரோனா புகா
ஞானத் தனிமையது;

> கொரோனா என்கிற தொற்று பரவுகிறது.
> இந்தியாவிற்குள் -
> தமிழகத்திற்குள் -
> நம்ம சென்னைக்குள் -
> ஜாபர்கான் பேட்டைக்குள்ளும்
> வந்துவிட்டது என்கிற
> பதைப்பு பரவிய ஆரம்ப கட்டம்.
>
> கூடி வாழ்தல் நலமாகாது..
> தனிமை கொள்வதே நலம் ;
> என்று -
> மனித குலத்தின் தத்துவம்
> மறு பெயர்ச்சி கொண்ட நாளில் எழுதியது.

18-03-20

9. யவனீ..

யவனீ...
சவுக்குப் பழமாய்
உள்ளத்தை
உறுத்துகிறாய்;

ஊசி இலைபோல்
உருளும் உன் பார்வையில்
நான்
புரண்டு புரண்டு அலைகிறேன்
புல்லாங்குழல் ஓசையாக;

உன்மேல் ஒட்டியிருக்கும் காற்றில்
ஆலாப் பறவையின் வாசம்...
...அது நான்தான்;

உப்பரிக்காத மரம் நான்;
உன்
உப்பரிகையும் நான்;

வா வஞ்சனீ...
வண்ணத் தொடர் விளக்காய்
மின்னிக் கொள்ளலாம்;

மரத்துள் வளையமாய்
வாழ்வறியலாம்;

வெம்மைக் கதிரும்
வீச்சு மழையும்
பனி வயலும்
உறை மண்ணும்
கடல் சிதைவும்
மலைக் குழம்பும்
துருவ பாகைகளும்...
... பீனல் கோடுகளும்
தாண்டிப் போவோம்;

வா மானினீ...
புவிசார் குறியீடு கடந்து
காதல் விளைவோம்;

22 - 11 - 21

10. காதல் கடவுளி...

நான் ஒரு Yuppie!
காஃபி ஷாப் கூகை!

உன்
சிவப்பு சிகையும்
சிவப்பு க்ரீமி உதடும்
சிவப்பு cami topsம்...
எனக்குள் வெயில் அடித்தது;

நீ
காதல் கடவுளியின்
ரீ மாடல்;

ஒரு
"ஹோயா கெர்ரி" இலை போல்
நீ என்
நெஞ்சிலாடுகிறாய்;

இதயம் பசித்தபோது
உன் பெயரை
முகர்ந்து பார்க்கிறேன்...
குமுலி வாசம்;

நட்சத்திரங்களை அளந்துபோகும்
உன் கண்கள்தான்...
என் பால்வட்டம்;

ஆயிரம் ஆயிரம் முகங்களில்
நீயும் ஒருத்திதான்...

ஆனால்
உன்னிடம்தான்
என் emoவிற்குக்
கவிதை கிடைத்தது;

உன் தோள்களுக்குக்
திரும்பாவிட்டால்
நான்
அரூபமாகியிருப்பேன்;

காதலின்
அக்கரையிலும்
இக்கரையிலும்
நீதான் நிற்கிறாய்...
உன்
நடைப்பாலமாக
நான் கிடக்கிறேன்;

செம்பாட்டு நிலத்தின்
பனஞ்சாறாக
எனக்குள் நீ ஊறுகிறாய்;
உனக்குள் நான்???

உன்
புன்னகையில் உள்ளது
எனது விடைத்தாள்!!

17-09-20

11. காதல் ஒரு Cupcake

அடியே
ஆல்ஃபா அழகி...
எப்படி உணர்கிறாய்
இந்தக் காதலை?!

அடிவயிற்றில்
பட்டாம்பூச்சி அடிக்கிறதா?
அமிலம் சுரக்க
ஆழ்மனசு பக்பக்கென
துடிக்கிறதா?

என்னுடன் இருக்கையில்
உன் Body டெம்ப்ளேட்
என்னவாகிறது?
துள்ளுகிறதா? டல்லுகிறதா?

அடியே
ஹைப்ரீட் செழுமி...
உன்னை அடிக்கடி
candid எடுப்பது
எனக்குப் பிடிக்கிறது...
உனக்குப் பிடிக்கிறதா?

பெரிய ஹெட்போன் அணிந்து
பாட்டுக் கேட்டுக்கொண்டே
உன்னைப்
பார்த்துக் கொண்டிருப்பது

எனக்குப் பிடிக்கும்...
உனக்குப் பிடிக்குமா?

சம்மண மடியில்
உன்னை அணைத்துக்கொண்டு
Accent மாற்றி
உன்னோடு பேசத் தோன்றும்...
உனக்கப்படி தோன்றுமா?

எதிர்காலம் நான்தான் என
Feel ஆனதுண்டா?
எதையும் என்னிடம் பேசலாம் என
Cool ஆனதுண்டா ?

என்னோடு நீ இருந்தால்
என் சிரிப்பு
என் தொற்றாகி...
வண்டல்மண் பொம்மைபோல்
சிரித்துக்கொண்டே இருக்கிறேன்.
உனக்கு?

தென்னங் கணுவின்
தொங்கு ஊஞ்சலில் படுத்து
வலமும் இடமும்
வானத்தை அசைக்கிறேன்.

யாரோடும்...
உன்னோடுதான் பேசுகிறேன்.
உன்னைப் பற்றியே பேசுகிறேன்.

நீ என் Girl friend என
யார் யாரோ
யார் யாரிடமோ சொல்வதை
நிர்வாணியாய் ரசிக்கிறேன்.

Over usedதான்...
ஆனாலும்...
மூன்று வார்த்தைக்கு ஒருமுறை
ஐ லவ் யூ சொல்கிறேன்.

Short view
Long view
Loview...
என்று அடிக்கடி ஜோக்கராகிறேன்.

1 நிமிடம்
மூச்சு விடாமல்
அணைத்துக் கொள்கிறேன்.

1 மணி நேரம்..
நனைவது தெரியாமல்
குளித்துக் கொண்டிருக்கிறேன்.

உன்னை நினைப்பதை
ஒரு Cupcake போல்
சுவைக்கிறேன்.

எந்த நொடிக்கு முன்பும்
என் கடைசி முத்தம்...
உன்னுடையதே;
என் கடைசி Phone call...
உன்னிடம் பேசியதே;
என் கடைசி Texting...
உனக்கு அனுப்பியதே;

நீ அதிகம் பார்க்கும் Webpageம்
நீ அதிகம் பயன்படுத்தும் Appம்
உனது டாட்டூ ரகசியமும்
உனது டர்ட்டி ஹேபிட்டும்
உன் இடை குழைவில் பூசும் க்ரீமும்
உன் இடதுகை மெல்லுணர்வும்
நானே அறிவேன்.

உனது
எல்லாக் கதவுகளையும்
திறக்கத் தெரிந்தவன் நான்.

உனது
எதிர் எதிர்
எதிர்பார்ப்புகளில்
உன் சிறு சிறு ஏமாற்றம் நான்.

அடியே
Method புன்னகி...
நான்... என்பதே மறந்துவிட்டது.
நீயும் சேர்ந்ததுதான்
என் தனிமை.

நமக்குள் பொருந்துவதும்
நமக்குள் வேறுபடுவதும்
நம் காதலாகியது 🖤

18 - 04 - 22

12. கடவுள் ஸ்டேட்டஸ்

ஒரு காஃபி
ஒரு கடற்கரை
ஒரு காதல்...
கடவுளாகப் போதுமானது;

ஒரு கிராம் அமைதி
ஒரு கிராம் இசை
ஒரு கிராம் வானம்...
கடவுள் துறக்கப் போதுமானது;

சற்று பொய்
சற்று நிஜம்
சற்று சூது...
கடவுளை உண்டாக்கப் போதுமானது;

Zebra finch

மூளைக்குள் மாற்றம் செய்த
Zebra finch பறவை போல்
முன்னும் பின்னுமாக
கடவுள் நிலை... அலைகிறது;

மண்டலங்கள் உண்டு...
மதங்கள் இல்லை;
கோளினம் உண்டு...
தோலினம் இல்லை;

வகைகளும்
வண்ணங்களும்
இல்லாக் கடவுளோடு...
24 லட்சம் ஆண்டுகளாக எனக்குப் பழக்கமுண்டு;

ஆ...கவே
கடவுளை நிர்வகிப்போரின் ஸ்டேட்டஸ் அப்டேட்டில்
நான் கடவுளைத் தேடுவதில்லை;

என் காதலில் தான்
திளைத்துக் கிடக்கிறாரே...

... கடவுள்;

28 - 11 - 2020

13. தேவதை சொல்

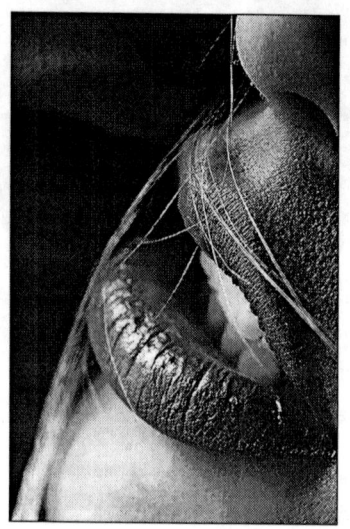

நீதானடா சொன்னாய் ❤
அந்த சொல்லில்
உனக்குத் தெரியாத அர்த்தம்
எனக்குத் தெரிந்தது;

பனிக்குடத்து
இதயம் போல்
அந்த சொல் வளர்கிறது;

மஞ்சாடி மணிகள் கடிக்கிறேன்;
தாது இதழ்கள் தோய்கிறேன்;
டங்காரம்
அடிக் கமலத்தில் அதிர...
அன்னத் தூவியாய்
மென்மையுறுகிறேன்;

உன்
மேல் சட்டைப் பொத்தானின்
மெல்லணை பதிந்த...
என்
நெஞ்சாந்தோலை
நீவியபடி...
கருங்குதிரை வாசனை கொண்ட
உன் திமிரை நுகர்கிறேன்;

உனக்குள் நான் விழித்திருப்பதால்
எனக்குள் இங்கு தூக்கமில்லை;

தீராதவனே...
சூயிங்கம் போல்
மனசு உன்னை மெல்லுகிறது.

Speed டயலில்
உன் நம்பர் மட்டும்தான்;

உன் அணைப்பில் மகரந்தமாகி
உன் வாசனையாகத் தழைக்கிறேன்;

உன்னை முத்தமிட்ட பின்
உன் DNA...
ஒருமணிநேரம்
என் உதடில் இருக்கும்.
உன் நினைவோ...
அடுத்த முத்தம் வரை
அகத் தொடரியாகும்;

தேவதை சூடிய
அந்த சொல்லில்
நான் இறகுளர்ந்தேன்;

இன்னொருமுறை
அதை...
சொல்... ♥

27-08-20

14. மழையின் அந்தரங்கம்

மழை வந்து
என்னைக் கூட்டிப்போனது;

என் தோட்ட இலைகளிலெல்லாம்
மேகங்கள்;

மழையின் குரல்
தூறிக்கொண்டே இருக்கிறது...

நேற்று வரையிலான துயரங்களைக்
கழுவிக் கொண்டேன்;

மழையிடம்
முத்தங்கள் தீரவே இல்லை;

ஊசித்தட்டானும்
முனியாக் குருவியும்
கணுக்காலியும்
குருக்கத்தியும்
புத்தரும்
நானும்...
பிரித்துக் கொண்டோம்!!

ஒவ்வொரு துளிக்கும் நடுவே
ஒளிந்திருக்கிறது அமைதி;

ஒவ்வொரு துளியும்
ஒரு சேதி கொண்டு வருகிறது...
நனைபவர்களின் காதுகளில்
சேதியைச் சேர்க்கிறது;

ஒவ்வொரு துளியும்
காதலுக்கான சங்கேதம் வைத்திருக்கிறது...
பெய்திடும் நெஞ்சுக்குள்
அதைப் பேசிவிட்டுப் போகிறது;

நாளை ஒரு மழையில்
நானும் ஒரு மழை வாழ்வாகலாம்;

ம்ம்...
மழை
தன் ரகசியப் பாதையை
எனக்குச் சொல்லிவிட்டது...

விதையூன்றியவர்கள் வாருங்கள்
அந்த ஆலித்திரளின்
அந்தரங்கம் சொல்கிறேன்;

26-04-20

15. முரடீ..

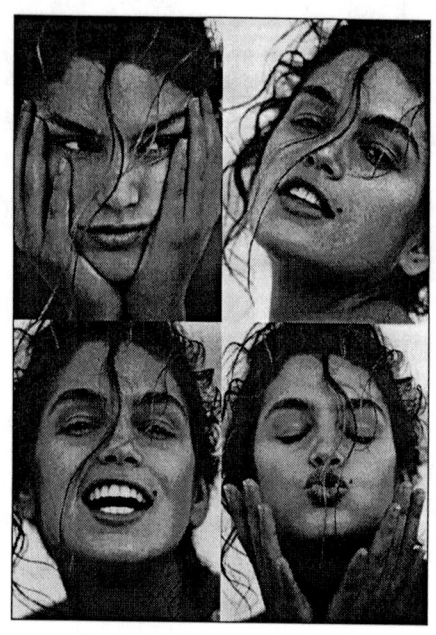

ஏ முரடீ...
ஐந்து நிமிட தாமதத்திற்கு
ஐம்பது பாவங்கள் காட்டுகிறாய்;

இன்றைக்குத்
தாவணியில் வா என்றால்
இரட்டை அர்த்தத்தில் முறைக்கிறாய்;

வெத்திலைக் குதப்பலாய்
என்னை அதக்குபவளே...
வெகுண்ட அழகால்
என்னை அதட்டுபவளே...

மச்சக் கணக்கு தவறென்கிறாய்;
மறுகூட்டல் செய் என்கிறாய்;
எத்தனை முறை எண்ணினாலும்
எண் பிழை ஆவது...
என் பிழை அல்லடீ;

என் மீசை மேல்
சக்களத்தி கோபம் உனக்கு;

ஏப்ரல் ஈரமே...
நியாயமும் குற்றமும் போலத்தான்
நீயும் நானும்;

நீ தூறலிட்டால்...
நான் வெப்பமாகிறேன்;
நீ யுத்தமிட்டால்...
நான் வெண்கொடியாகிறேன்;

என் வலதின்
இடது நீ;

நான்கு திசையாய்
நீ சதுரம்;
திசைச் சுற்றியாய்
நான் சக்கரம்;

உன் இளமை
புரட்சி ஏந்துகிறது;
என் இதயம்
அடிமையாய் ஏங்குகிறது;

உன் பார்லிப் புன்னகையில்
நான் பியர் ஆகிறேன்;
உன் பார்வைக் குலவைக்கு
நான் பறையொலி ஆகிறேன்;

ஹீலியம்போல்
என்னைத் தூக்கிப் போகும்
என் உயரியே...
நானறிந்த தமிழின்
நாலரை லட்சம் சொற்களுக்கும்
ஒரே அர்த்தம் நீதானடீ!!

உன் பெயர் தாண்டிய
பெருந்தமிழ் இல்லை;
உன் இளமை தாண்டிய
இலக்கணங்கள் இல்லை;

முகையே... என்
முன்னலே;
நீ மேய்ந்திடு... புல்லாகிறேன்;
நீ மேவிடு... புண்ணியனாகிறேன்;

விளையாட்டிலிருந்துதான்
விஞ்ஞானக் கண்டுபிடிப்புகள்
ஆரம்பமாகின – என்பது
ஆல்பர்ட் ஐன்ஸ்டீன் கருத்து;

வா விபுணீ
விளையாடலாம்..
காதலைக்
கண்டுபிடிக்கவேண்டும்;

02 - 12 - 21

16. மொய்குழலி...

ஒரு நிசியில்
ஒரு நீள் சாலையில்
ஒரு நீரத் தனிமையில்
ஒரு நீலாஞ்சனையில்
உனது நீ...
எனது நான்...
ஒருமித்தோம்;

மொய்குழலி...
மொக்குடைந்தேன்;

இந்த நீலம் விட்டுவிட்டேன்...
வேறு வானம் நீ தந்தாய்;
இந்தப் பச்சையம் விட்டுவிட்டேன்...
வேறு வனம் நீ தந்தாய்;

என் வானமும்
என் வனமும்...
உன் வண்ணமே;

உன் மிருதுவும்
என் மிருகமும்
நம் காதலாகிவிட்டது;

உன் திமிரும்
என் திரட்சியும்
நம் ரகசியசியமாகிவிட்டது;

மிருணாலி...
மிதலை குழைந்தேன்;

என் மாயையாய்...
என் மயலியாய்...
என் மகிழியாய்...
என் மகுடியாய்...
என் பசலைப் பூவுக்குள்
நீ
படமெடுத்து ஆடுகிறாய்;

காதலையும் சேர்த்து
என் எடை
எத்தனை கிலோ
கஜுரோஹா என்று
நீ
கண்டறிந்து சொன்னாய்;

உற்கை உண்டவா...
பொற்கை கொண்டவா...
முன்னம் உந்தன் முழுமை கேட்டேன்
மூர்த்தி உந்தன் ஆர்த்தி கேட்டேன்;
பின்னை உந்தன் பிரமம் கேட்டேன்
பெய்த்தும் உந்தன் பிச்சியானேன்;

வெண்நிலம் நீ...
வெண்பதம் நான்...
இந்த நூற்றாண்டின் பரிணாமம்
நம் காதலே;

26 - 12 - 21

17. இப்படிக்கு காதல்

"நம்பு...
உ_ன்னால்
அவள் இதயம்
அடைய முடியும்"
- காதல்

18. தீராக் குருவிகள்

மூன்று மாதத்திற்குமுன்
முதல் குருவி பார்த்தேன்...
என் மாடித் தோட்டத்தில்;

இன்று...
இரண்டு குருவிகள் வந்தன
மூன்றாவது குருவியைக்
கூட்டிக்கொண்டு;

வெற்றிலைக் கொடியில் ஒன்று
மாதுளை இலையில் ஒன்று
செம்பருத்தித் தண்டில் ஒன்று;

ஒவ்வொரு மேகத்தின் பின்னும்
இன்னொரு மேகம்;
ஒவ்வொரு குருவியின் பின்னும்
இன்னொரு குருவி;

மாடேறும்
மரமேறும்
மலையேறும்
துடுப்புவால் கரிச்சானின்
ஒப்பொலியில்..
துஞ்சரிக்க ஆசை;

இதயமும்
சிறகும்
ஒன்றுதான்;

ஒவ்வொரு தாவரமும்
குருவியின் தாய் வயிறு;
ஒவ்வொரு குருவியும்
உலகின் மீட்டமைப்பு;

பூமியின் வரிக்கூத்து
பூங்குருவி பாடல்தானே;

தொல்லுலகச் சிட்டுகள்...
Eco சிஸ்டத்தின் ரெகுலேட்டர்;
Eco சிஸ்டத்தின் ரீசைக்ளர்;

அன்பென்பது பகிர்வது;
காதலென்பது நம்புவது;
சுருட்டி வைக்காமல்
சுதந்திரமாய் வானம் விடுவதுதான்
குருவிகளின் கூடல் பண்பு;

பண்பாடு கொண்ட குருவிகளிடம்
பாலின வன்முறை இல்லை;
துணையின் நம்பிக்கைக்குத்
துரோகம் செய்வதில்லை;

குருவிகளைக்
குருவாய்க் கண்டு கொண்டேன்;

"தூக்கலாம் குரீஇத் தூங்கு கூடு"
இலக்கியக் குருவிகள்
E bird எனும்
முதுகதை ஆகும் முன்...
ஆம்பல் குருவிகளின் அலகுக்கு
நீரிடும் வழக்கம் கொள்ளுங்கள்;

வேலமரம் நான்;
கொஞ்சம் தானிய மணிகளும்
கொஞ்சம் தக்காளி விதைகளும்
கொஞ்சம் குறும்பூக்களும்

கொஞ்சம் வானமும்...
குருவிகளுக்காக
வைத்திருக்கிறேன்;

இதோ..
சாம்பல் பழுப்புக் குருவிக்கூட்டம்
என் உள்ளங்கையில்
40 டிகிரி கதகதப்பை
உதிர்க்கின்றன;

வாழ்க்கையும்
காதலும்
உலகமும்
இன்னும் தீர்ந்து போகவில்லை;

20 - 03 - 21

19. திரளீ

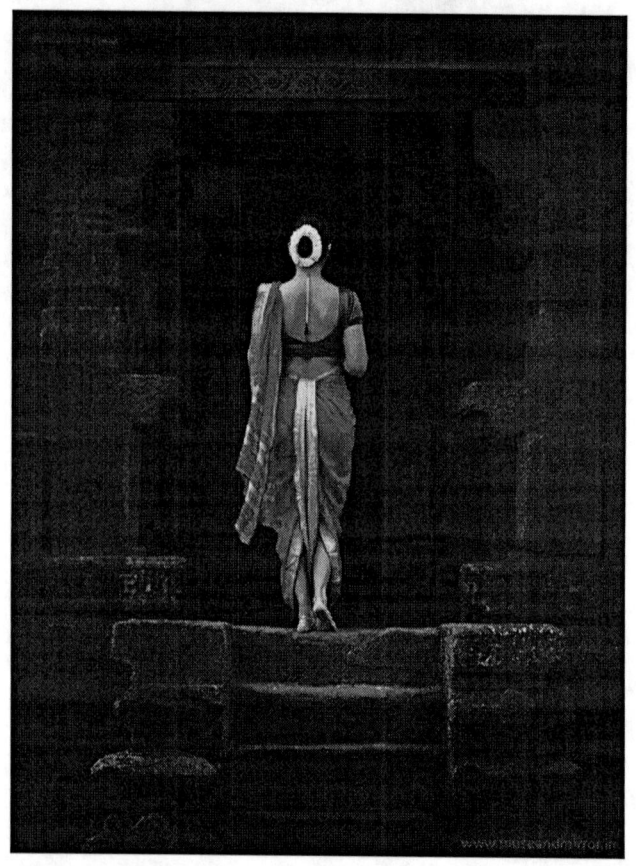

திரளீ... மென் திரளீ...
கடவுள் வந்திருந்தார்...
பூக்களின் மென்மை
கனக்கிறதென்று...
உன்னை சூடிக்கொள்ள!

திரளீ... யவ்வனத் திரளீ...
அகத்திய மலைக்காற்று
ஆலம் விழுதாய் மலர்ந்திருக்கிறது
நீ ஊஞ்சலாடி உலவ !

திரளீ... இன் திரளீ...
கள்ளல்ல...
கனியல்ல...
காமமல்ல...
உன் கண்ணாடும் கணமே
இனியவை நாற்பதென்கிறது
நான் கற்றறிந்த தமிழ்!

எழில் திரளீ...
எப்பொழுது திரண்டாய்
எனக்குள் நீ?!

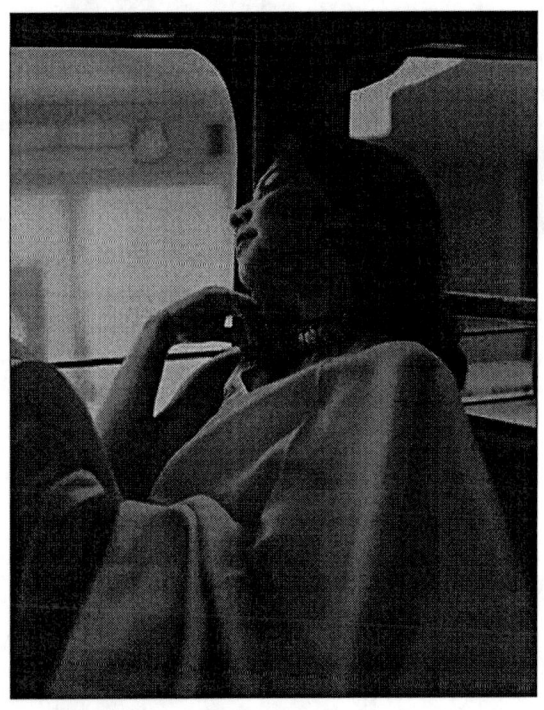

பேருந்து ஜன்னலில்
ஒரு வெண்பா போல் நீயிருக்க...
உன் தோள்பட்டையில் பயணித்ததே
பால் வெளிச்சம்...
அப்போதா?

அலுவலக மின்னொளியில்
அல்காரித பனி சுழியாய்
நீ பணியுழல...
உன் குழல் அசைவில்
குழல் கேட்டதே..
அப்போதா?

இணையாய் நடக்கையில்
இயல்பாய் உரசையில்
உன் விரல்களின் கன்னிமை வாசம்
என் விரல்கள் உண்டதே...
அப்போதா ?

ஒரு கையில் Coffeeயும்
ஒரு கையில் Cell phoneம்
பால்கனியில் நீ
புயல் குட்டியாய்
புலன் மையமிட்டாயே...
அப்போதா?

செம்பூங்கா நடைப் பயிற்சியில்
செவிப் பொறியில்
Spotify கேட்டுக்கொண்டே...
"கண்ணே கலைமானே..."
நீ பாடினாய்.

ஸ்ரீதேவியாகவும்
இளையராஜாவாகவும்
நானாகவும்...
நான்
மாறிக்கொண்டேயிருந்தேனே...
அப்போதா ?

உன் Attitudeம்
என் Egoவும்
காணாதொழிந்ததைக்
கண்டேனே...
அப்போதா?

உன் குறுஞ்செய்தி ஸ்மைலிகள்...
பறவையாய்
நத்தையாய்
நெஞ்சூடியதே...
அப்போதா ?

Be. you. tiful
என்றுன்
பெயரெழுதி
பெயர் சுவைத்து
பெண்மையுற்றேனே...
அப்போதா ?

ஒரு பக்கம் மட்டுமே சுழலும்
கடிகாரமாய்
உன் பக்கம் மட்டுமே
சுழல நேர்ந்தேனே...
அப்போதா?

என் மனதைத் திரையங்கமாக்கி
நீ படமெடுத்து
ஆடக் கொண்டேனே...
அப்போதா ?

என்னை நெருங்கையில்...
என்னைக் கடக்கையில்...
"அங் கை போல் வயிறு அணிந்த
வலம் சுழி அமை கொப்பூழ்
கங்கையின் சுழி அலைக்கும்
கண் கொளா நுடங்கு இடையை..."
...என சீவக சிந்தாமணி ஒலித்ததே...
அப்போதா ?

ரகசியத் திரளீ...
நீயா ?
நானா ?
காதலா ?
எது இதில் ரகசியம்?!

07 - 01 - 22

20. மதனகம்...

டேய்... மதா...
எங்கிருக்கிறாய்?

10 மணிக்கு
உன்மேல் காதல் வந்தது.
பிறகு இரவு 7 மணிக்கு.
பிறகு பின்னிரவு 2 மணிக்கு.

மரக்கரடி போல்
குத்துக்காலிட்டு
உட்கார்ந்திருக்கிறேன்;
விளக்கை அணைப்பதா?
போர்த்திக் கொள்வதா?
ஒயின் குடிப்பதா?

நீ வா...
அல்லது
அதிமதுரம் கமழும்
உன் சட்டையைக் கொடு;

தினமும் உன்னிடம்
5 முறை sorry கேட்கிறேன்.
5 முறை hate u சொல்கிறேன்.
5 முறை "சீக்கிரம் வாடா" எனக்
கெஞ்சுகிறேன்.

உலரும்வரை
உதடு கொள்வதை...
கணக்கிடுவதில்லை;

நீதான்...
கீரை சூப் ஆர்டர் பண்ணுகிறாய்.
நீதான்...
ப்ளே லிஸ்ட்டிற்கு
Bedroom road எனப் பெயரிடுகிறாய்.
நீதான்...
முன் பட்டன் போட்டு விடுகிறாய்.
நீதான்... விரல்பிடித்து
உனக்குள் கூட்டிப் போகிறாய்;

நான்...
இந்தக் காதலில்
என்ன செய்கிறேன்?

உனது
கன்னத்தில் கோதுமை வாசம்.
காது மடலில் நிவியா வாசம்.

உனக்கும் தெரியாத
உன் 64 வாசங்களால்
நான்
பெர்முடா ரோஜாவாகிறேன்;

ஷவரில்
நீர்ப் படலையாக...
ஜன்னலோரத்தில்
வெண் கூரலாக...
மிதப்புக் கட்டிலில்
கொத்தலர் பூங்குழலியாக...

"கறிவளர் அடுக்கத்து
கள்வினிற் புணர்ந்த"
உன் நற்றிணைத் தமிழில்
செம்மந்தியாக...

உன்னால் நான்
இயற்றப்படுகிறேன்;

உதைபந்து போல்
உன் நினைவுகள்
முன்னும் பின்னும் அலைகிறது;

வெண்டைக்காய் நுனிபோல்
மனசு வளைகிறது;

டேய்...
ஏன் இந்த
அகம் கிளைக்கும் நிலை??

உன்
குறிப்பறிவா?
குறைவிலியா?
குறும்பு நகையா?
குறளிப் பேச்சா ?

உன் Phoneஐ
நீ Lock பண்ணுவதில்லை.
என் Phoneன் logஐ
நீ துப்பறிவதில்லை.

வேறென்ன வேண்டும்...
உன்னோடு நான் கிடக்க;

21 -0 1 - 22

21. காதல் பொம்மை

ஒரு காதல் Situation

மறுநாள் கல்யாணம்.
மணப்பந்தலில் –
மலர் தோரணங்களும்,
மங்கல நாதங்களும்
ஆனந்தம் தூவுகின்றன.

மணமேடையில் –
மாக்கோலமும், மந்திரங்களும்
குழைந்து கிடக்கின்றன.

மண்டபம் முழுக்க –
அட்சதை மஞ்சளோடு
ஆயிரம் சொந்தங்கள்
ஆனந்தம் பரிமாறுகின்றன.

இன்னும் சில மணிநேரங்களில்
காதல்கொண்டவன்
கணவனாகப்போகும்
வைபவம் எண்ணி...
அந்த அழகரசி...
மருதாணியிட்டு
மனம் சிவந்து கொண்டிருக்கிறாள்.

அப்போது... காதலன்...
அலைபேசியில்
அவசரமாய் அழைக்கிறான்.

முதலிரவுக்கு
முன் ஒத்திகையோ என்ற
மையல் கனவோடு
அந்த மையல்...
காதலனைச் சந்திக்கிறாள்.
காதலூற சந்தோஷிக்கிறாள்.

அவன் : "இந்த ரங்கநாதர் கோயில் யான...
மார்கழி பஜன... உனக்குப் போதும்.
U will be happy.
என்னோட Dimension வேற.

இந்தக் கல்யாணம் வேணாம்.
நாம சேராம இருக்கறதுதான்
நம்ம ரெண்டு பேருக்குமே நல்லது.
Break up ஆகறதுலாம் சகஜம்.
ஈசியா எடுத்துக்கோ"

அவள்... அணுகுண்டு
சிதைத்தவள் போல்
சிதறுண்டு போகிறாள்.

அவள் : "இந்த டைம்ல
நீ விட்டுட்டுப் போனா...
என்ன யார் கல்யாணம்
பண்ணிப்பா. எல்லாமே முடிஞ்சிரும்.
Please... Please... என்ன விட்றாத.
உனக்கு எப்டி புடிக்குமோ
அப்டி நடந்துக்குறன்"

அவன் காலில் விழுகிறாள்.
தொழுகிறாள். அழுகிறாள்.

அவன் காது கேளாதவனாய்
காதல் கேட்காதவனாய்...
விட்டு... விலகி...
விவாகம் நிறுத்திப் போகிறான்.

பின்னணியில் –
அவள் குரலாய்
பாடல் ஒலிக்கிறது.

பாடல்

காதல் என்னைப் பொம்மையாக
போட்டுடைத்துப் போக;
காதல் வேறு காதல் தேட
கடைப் பொருளாய் நான் ஆக;

என் காதல் பூக்கவும் இல்லை
என் காதல் உதிரவும் இல்லை
என் காதல் ஒளிரவும் இல்லை
என் காதல் இருளவும் இல்லை;

இரண்டாய்ப் பிளந்தாலும்
இதயம் துடிக்கிறதே;
புதைத்தே வைத்தாலும்
புனர் ஜென்மம் எடுக்கிறதே;

இதயம் கொண்டு போனவனே...
இலந்தை முள் கொண்டு குத்தாதே;
கடைசித் துடிப்பும் தந்துவிட்டேன்...
காதலின் உயிர்க் கொடி திருகாதே;

என் காதல் மெய்ப்படவில்லை
என் காதல் பொய்த்திடவில்லை
என் காதல் இசையுமில்லை
என் காதல் மௌனமும் இல்லை;

தீக்கிரை ஆனது போல...
தேவதரு கருகிடலாமா?
சீக்கிரமே இதயத்தை அனுப்பு
ஒருமுறை வாழ்ந்திடலாமா;

பாழ் மனம் உணரவும் இல்லை
பாதி விதை முளைப்பதுமில்லை

இக்கணம் உறைந்தேபோக
இறைவனே புதுயுகம் செய்க;

காதல் பனிக்குடம் உடைந்தது ஏன்?
காதலின் படுகை வறண்டது ஏன்?
காதல் குமிழிக்குள்
கத்தியைச் சொருகி
கருச்சிதைச் செய்த சதியும் ஏன்?

என் காதல் சொல்லவும் இல்லை
என் காதல் கேட்கவும் இல்லை
என் காதல் தொடங்கவும் இல்லை
என் காதல் முடியவும் இல்லை;

மடிதானே சாய்ந்திட கேட்டேன்
மனம் சாய்த்து விட்டாயடா;
தலைகோது தலைவா என்றேன்
தலை கொய்து போனாயடா;

05 02 22

22. போர்நிலப் பெண்

என் பெயர் லியோலா.

போஸ்னியாவில் இருந்த
தாத்தா வீட்டில் தங்கி
ஸ்கூல் படித்துக்கொண்டிருந்தேன்.

நான்
7 வயது சிறுமியாக இருந்தபோது
போர் ஆரம்பித்தது.

பூட்ஸை அரக்கி அரக்கி
அந்தச் சிப்பாய்கள்
என்னை நோக்கி வந்தார்கள்.

நான்
மிரண்டேன்.
முரண்டேன்.

தள்ளாமையோடு
தாத்தா தடுத்தார்.

ACR துப்பாக்கியால்
தாத்தாவின் தொப்புள் சுழியில்
சுட்டார்கள்.
காலால் எத்திவிட்டார்கள்.
என்னைத்
தூக்கிச் சென்றார்கள்.

முகாமில் அடைபட்டேன்.
என் போல்
அங்கு அடைக்கப்பட்ட
பல பெண்களுக்கும்
7 - 14 வயதுதான்.

போரில்...
முதலில் பெண்களைத்தான்
கைப்பற்றுகிறார்கள்.

பலமுறை
வன்கொடுமை செய்து
பயிற்சி பெற்றவனால்
முதல்முறை நான்
வன்கொடுமை செய்யப்பட்டேன்.

பிறகு
ஒருவர் பின் ஒருவராக
என்னை
வன்மையாக பயிற்சித்தார்கள்.

போரென்றால்
என்னவென்று
மெல்ல மெல்ல புரிந்தது.

போரின்
சூழ்ச்சியை...
நெறியை...
தர்மத்தை...
போர் சூழல்பட்ட
பெண்களின் உடம்பு
சொல்லிவிடும்.

சில நாட்களில்
மரத்துவிட்டேன்.

ஒவ்வொரு முறையும்
கொலைக் கருவியோடு
கும்பலாய் வருவார்கள்.

உடலா? உயிரா?
இரண்டில் ஒன்று கொல்லப்படும்.

ஒவ்வொருவரிடமும்
என்
உடலைச் சாகவிட்டுவிடுவேன்.

நீண்ட தலை முடி இருந்தது...
துப்பாக்கியால் அறுத்துவிட்டார்கள்.

முடியை இழந்ததுதான்
இழப்பாய் தெரிந்ததெனக்கு.
அந்த ரெண்டுங்கெட்டான் வயதில்
அறுந்த முடிக்காகவே
அழுதேன்.

எனக்கு
ஆறோ ஏழோ பற்கள் இல்லை.
பல முறை
பல வீரர்கள் அறைந்திருக்கிறார்கள்.
இராணுவ அறை அல்லவா?
சில பற்கள்...
பாதி உடையும்.
சில பற்கள்...
வேரொடு பிதுங்கி விழும்.

முதல்
கன்னிமை வலிதான் கொடூரம்.
பிறகு பிறகு பிறகெல்லாம்
பெருவலிகள் தாங்கினேன்.

ஆனால்
அந்த முதல் வலி...
நினைக்கும் போதெல்லாம்
உடலதிரும்.

இன்று
எந்த எந்தக் களத்திற்கு
வியூகமிட வேண்டும் என்று
கட்டளை இடும் முன்...
எந்த எந்தப் பெண்கள்
தனக்கு வேண்டுமென
மேஜர் சுட்டிக் காட்டுவார்.

மேஜரிலிருந்து
பாலியல் போர் துவங்கும்.
நாங்கள் போராடுவோம்..
போர் முடிந்த பிறகும்.

நாலாயிரத்து சொச்சம்
படை வீரர்கள்
பலியாகியிருந்தார்கள்.

சவப்பெட்டியில்
எண்களிட்டு
மலர் வளையம் வைத்து
உறவினர்கள் அழுதார்கள்.

அரசியல் போர் தியாகம் என
அரசாங்கம் மரியாதை செய்தது.

நாற்பதாயிரம் பெண்கள்
வன்கொடுமை செய்யப்பட்டதாக
ஒரு டாகுமெண்டரிக்காரன்
பதிவு செய்து கொண்டிருந்தான்.

சில நாட்களில்
தேசத் துரோக வழக்கில்
அவன் கொல்லப்பட்டுவிட்டான்.

இப்படித்தான்
1992 - 1995
போஸ்னியாவில்
போர் நடந்தது.

ருவாண்டாவில் 5 லட்சம் பெண்கள்
காங்கோவில் 2 லட்சம் பெண்கள்
ஆப்கானிஸ்தான், சூடான், இலங்கை, கொலம்பியாக்களில்
லட்ச லட்சம் பெண்கள்;

இப்படியான வன்கொடுமையோடுதான்
போர்கள் நடந்து கொண்டிருக்கிறதென...

உகாண்டாவில்
ரொட்டி மாவு விற்கும்
அயோட் என்கிற
ஆப்பிரிக்கப் பெண்ணும் சொன்னாள்.

அயோட்டிற்கு
20 வயது.

அவளது தகர வீட்டின்
தோட்டத்துச் சாக்கடையில்
கீரை முளைத்திருந்திருந்தது.

அயோட்
கீரை பறித்துக் கொண்டிருந்தபோது...
அவளுக்கருகே
மிலிட்டரி ஜீப்பின்
உறுமல் சத்தம் கேட்டது.

"போர் ஆரம்பித்து விட்டது" என
அந்த மிலிட்டரி வீரன் இளித்தான்.

அவன் பலவந்தப்படுத்தும் முன்...
தானாகவே கிளம்பி
முகாமிற்கு வந்துவிட்டாள்.

அவள் ஒத்துழைப்பைக் கண்டு
அந்த வீரனுக்கு
பீரங்கியை இயக்கிய பெருமிதம்.

அவளுக்கு இரண்டரை வயதில்
பெண் குழந்தை இருப்பது
அவனுக்குத் தெரியாது.

09 - 03 - 22

23. தோகையாள்

நீ
அணுவா?
நட்சத்திரமா?
எனக்குள் வியாபித்துக் கொள்;

அறை முழுக்க
ஆடைகள் திணித்துக் கிடக்கிறது...
அணிவதற்குத்தான்
எதுவும் பிடிக்கவில்லை
நீ வா... உடுத்தவேண்டும்;

காஃபியும்
ஆன்லைன் ஷாப்பிங்கும்
ஸ்ட்ரீமிங்கும்
உணர் சுருக்கிகள்!
உன் காதல் போதும்
நான்
தோகையள் ஆக;

நீ
அவசியப் புலனா?
ஆடம்பரப் பொருளா?
எனதொரு பாகன் ஆகிவிடு;

உன்னை Replace பண்ணும்
பயாலஜிக்கல் நிரப்பி
வேறில்லை;

நீ வரும் வரை
மனம்
Offlineல்தான் இருக்கிறது ;

உன்
சரளமான மௌனத்தில்
நான் ஆழ்ந்திருக்கிறேன்;

என் கனவை
டிஸைன் செய்பவனே...
நீ
Me tooவா?
Only meஆ?

உன்னோடு சண்டையிட
காரணமில்லாதபோது
காதல் உறைந்துவிட்டதோ என
அனிச்சை அச்சம் வருகிறது;

உன்னைப் பார்க்கும் போதுதான்
என் கண்களை
எனக்குப் பிடிக்கிறது..
“கண் உண்ப” அதுதானோ;

“ஷுவோ
சொஸைட்டியோ...
பொருந்தாததை உதறிவிடு”
என்ற மணிப்பூவனே...
நீ என் Bubba;
நான் உன் Bella;

நீ
க்ளாஸிக்கா ?
ட்ரெண்டியா ?

முரல் குரற் தும்பி தொடும்
அவிழ் மலராய்
அடர்ந்திருக்கிறேன்!

ஸீரோ டிகிரி
ஸ்பரிசனே...
வெய்யோள் விரும்பினனே...
வா
காதலொடு திருகி மெய் புகுவோம்;

10 - 04 - 22

24. EX...

"என் நம்பரை அழித்துவிடு"
- Ex Boyfriend
என்றொரு குறுஞ்செய்தி வந்தது;

"Sorry.. who is this?"
என்று பதிலிட்டேன்;

மது வழிந்த
மதுக் கிண்ணமாய்
மனம் வறண்டிருந்தது;

நான் தவறவிட்ட
பொருள்களின் லிஸ்ட்டில்
அவன் இல்லை;
என் இதயம் உடையவில்லை;
என் உணர்வுகள் கொதிக்கவில்லை;
ஆக... அது காதலில்லை!

Let go... என
மூளை மருகவில்லை;
Hold on... என
மனசு உருகவில்லை;
ஆக... அது காதலில்லை!

கம்ப்யூட்டர் Game அளவிற்கு
எனக்காக அவன் ஏங்கியதில்லை;
என் Textற்காகக் காத்திருந்ததில்லை;

Mall போவதைவிட
என் மடி கிடப்பது
அவனுக்கு
பிரத்யேகமாய்ப் பட்டதில்லை;

கண்ணீர் திரண்டபோதோ...
கை கோர்க்க தோன்றியபோதோ...
Synchronicityயாக
அவன் என்னிடம் வந்ததில்லை;

ஒவ்வொரு இரவும்
என்னை அழைத்து
"இன்று நாள் Ok தானே..."
என்று இதம் தந்ததில்லை;

ஆக... அது...
காதல் இல்லவே இல்லை!!

காதல் அற்றவளாக நான்
காதல் உற்றுக் கிடந்தேன்:

அப்போது...
அங்கே...

என் கவனச்சிதறலாக நீ...
என்னைக்
கவனித்துக் கொண்டிருந்தாய்;

என்னைக் குணப்படுத்துவது போல்
ஒரு சாக்லேட் தந்தாய் ;

என்னைப் பற்றிப் பேசாமல்
என்னிடம் நீ பேசியது...
எனக்குப் பிடித்தது;

Just for me
எனத் தோணியது;

இரண்டு முறை
இமைப்பதற்குள்
எனக்குள் Download ஆகிவிட்டாய்;

என் மீது
கொலோன் வாசனை எழுந்தது;

Tell u everything என
கத்த வேண்டும் போலிருந்தது;

உன் Hoddiக்குள்
புகுந்துகொள்ள வேண்டும்...
Goofyபோல் சிரிக்க வேண்டும்...

Random kissesல்
தத்தளிக்க வேண்டும்...
Lo......ng Hugல் தழைக்க வேண்டும்...

"யாயினுமாக
யானு மொன்றினேன்"
என இலம்பகத் தமிழில்
இளக வேண்டும்...
...என்றெல்லாம்
எனக்குப் பொங்கியது;

என் Play listல் கொஞ்சம்
என் Dress patternல் கொஞ்சம்
என் Food habitல் கொஞ்சம்
என் social topicsல் கொஞ்சம்...
என்னைப் புரிந்து கொண்டாய்;

நான்...
உனக்குள் Pop up ஆகினேன்;

முதலாம் நான்...
உணர்வால் தளும்புகிறேன்;
இரண்டாம் நான்...
உணர்வற்ற மட்டையாகிறேன்;

இரவு 10 மணிக்கும்
இரவு 2 மணிக்கும்
என்னை வேறு வேறாகத்தான்
என் கண்ணாடி காட்டுகிறது;

நான்...
குளறுபடியான Packageதான்;

ஆனாலும் நீ...
விக்ஸ் மாதிரி
என் நெஞ்சு பரவி
என்னை நீவி விட்டாய்;

நான்...
உனக்குள் Non stop ஆகினேன்;

விரும்பிக் கொண்டே...
வெறுத்துக் கொண்டே...
மறந்து கொண்டே...
காதல் கொண்டே...
நான்
சுழல் சுழலாகிறேன்;

ஸ்லீவை சுருட்டுகிறேன்
சுருள் கொண்டை இடுகிறேன்
மொபைலை Flight modeகிறேன்
லிப்ஸ்டிக் இடாத
உதடுகளை நிரடிக்கொண்டே...
உன்னைத்தான் யோசிக்கிறேன்;

உன் உதடுகளில் அழுந்தியதும்
உன் தழுவலில் தழைந்ததும்
உன் நுகர்வில் வெப்பமடைந்ததும்
உன் வெதுவெதுப்பில்
யோகித்ததும்...
நினைவுத் தொடராகிறது;

முன்னிரவில்
உன் டின்னர் டேட்டிங்காகவும்...
முதிர் இரவில்
உன் முன்இன்பத் திளைப்பாகவும்...
உன் நடு இரவின் முனகல்களாவும்...
உன் உதடு
விழிக்கும் போதெல்லாம்
முத்தச் சுவையாகவும்...
உன் காதல் களைப்பில்
துயில் அணையாகவும்...
இன்று
என் காதல் நிரம்பியது;

நாளை என் Turn.
உன் காதல் நிரம்பும்
உத்தியோடு வா;

Exற்கு வைக்க...
இனி என்னிடம்
மலர் வளையங்கள் இல்லை

08 - 05 - 22

25. காதலாளிகள்

களை பறிப்பதும்
கலவை ஜல்லி சுமப்பதும்
கருப்பட்டி காய்ச்சுவதும்
காதலாளின் காதலே;

கூடை முடைவதும்,
குறுந்தேயிலை பறிப்பதும்,
குழுவாகிக் குறுந்தொழில் செய்வதும்
காதலாளின் காதலே;

பட்டாசு மருந்து திணிப்பதும்
பஞ்சாலையில் மூச்சு திணறுவதும்
பால்பண்ணையில் சாணம் எடுப்பதும்
காதலாளின் காதலே;

காடு கழனி உழைப்பதும்
கடை விரிப்பதும்
கணினிப் பணிகளும்
காதலாளின் காதலே;

நூறுநாள் வேலையோ
நுட்பம் கற்ற வேலையோ...

செவிலியராய்...
சிப்பந்தியாய்...
சீருடைக்காரியாய்...

சட்டம், சமையல்,
வங்கி, வணிகம், வானியல்,
இணையம், இலக்கியம்,

ஆசிரியை, ஆடிட்டிங், அழகு நிலையம்,
ஆளுமை, அரசியல், அரசுப்பணி,
மருத்துவம், கேளிக்கை, நிர்வாகம்,
அறிவுயாவும் பயிற்சியில் வென்றே
கடமை செய்பவள் காதலாளியே;

அன்பென்று, ஆசையென்று
தன்மை இன்பமென்று, தாயென்று...
முதல் குடிமகளாய்
முன்னேறி நிற்பவளும் காதலாளியே;

காதல் நெஞ்சினளே...
காதலாளியே...
போற்றுது புவி;

26. சுயம்பரம்

நான்
நானாக என்னைக் கண்டது...
நீயாக
நான் ஆனபோதுதான்!

27. மஞ்சள் ஆக...

அடீ செவ்வீ...
நீ
மடிக்காலிட்டு உட்கார்ந்து
மஞ்சள் அரைக்கும் அழகு
பாலகுமாரன் நாவல்போல் இணக்கமாய் இருக்கிறது;

நிலாக்கொழுந்து போல்
முகிழ்ந்த இளமை;
தமருக வளைவாய் புன்னகை;

அடி மையலி...
மித மதமூட்டுகிறாய்;
உந்தியில் நதி சத்தம்
உழலை எள்ளாய் மனம்;

கிளி கிளி காய்
கிளி கிளி பழம் என
கிளித்தட்டு ஆடுகிறேன்;

தலைக்குருள் கட்டிய
தலைத் துண்டு கண்டே
தலைகனம் கொள்கிறேன்;

உன்மத்தமடி
உன்மத்தமடி
உயிர் குழைக்கும் குழகே...

குறுமல்லிகை விரல் பட்ட
குவளை நீர்
துளி அளி;

அடி தேவன பாவனைக்காரி...
சித்திரத் தன்மையில்
சித்தம் கிண்டிவிட்டாய்;
ஐந்திணை திண்மையில்
ஐம்புலம் சுண்டிவிட்டாய்;

"உய்த்தல் அறிந்து புனல் பாய்வதுபோல்"
உன் அழகுய்கிறேன்.

என்னை...
அரை மஞ்சளாக்கி
அங்கம் பூசிக்கொள்;

13 - 11 - 22

28. பாடுபொருள்

புரவிகள் பூட்டிய தேரில்
புஜங்கள் திமிர
உலா வருகிறான்
சேர மன்னன்.

மன்னனின் மதர்ப்பு கண்டால்
காதல் நோய் வந்துவிடும் என
தாயார் கதவடைக்க...
மகளிர் கதவு திறக்க...

கதவின் குடுமி தேய்கிறதே – என
கவலையோடு பாடுகிறது
முத்தொள்ளாயிரம்.

மாயக்காரா...
உன்னைக் காணும் போதெல்லாம்
மயக்கத்தில் திறந்து திறந்து
தயக்கத்தில் மூடி மூடி
என் மனம் தேய்கிறதே...
யார் இதைப் பாடுவது?!

29. மும்மடங்கு காதல்

ஹேய் டடா...
நீ வேண்டும்
இந்த Dating இரவைத்
திட்டமிடுவதற்கு;

"உன் உடல்
மென் சூடான உடல்"
என்று நீ சொல்வாயே...
அந்த அனல் சொல்லில்
அங்கம் துளிர்ப்பதற்கு;

I can tell you anything என
என்னை இளக வைத்தாயே...
அந்த எக்ஸ்டஸி இதத்திற்கு;

நீராவி வழியும் spa முதுகில்
நீர் தொட்டு
நீ எழுதும் வார்த்தை
என்னவென்று யோசிக்கும்போது
என் காதில் கிசுகிசுப்பாயே...
அந்த
அபின் மயக்கம் அடைவதற்கு;

நம் இருவர்க்கு மட்டுமான
நம் மொழியில்
நம் லெக்ஸிகனில்
நம் ரகசியங்களை
முணுமுணுப்போமே... அதற்கு;

மூக்கில் மூக்கை உரசி...
பின்தோள்களை அணைத்து...
உரக்க புன்னகைத்து...
உன் ஜாடைகளில்
உன் செய்கைகளில்
“ஐ லவ் யூ” சொல்வாயே... அதற்கு;

எனக்குப்பிடித்த உணவுகளை
எனக்குப்பிடித்த உணவகங்களில்
நீ ஆர்டர் பண்ணும்
Food Dating அக்கறைக்கு;

உன் X ஜோக்குகள்
எனக்குப் பிடிக்கிறது.
என் XL சிரிப்புகள்
உனக்குப் பிடிக்கிறது.

நமது sense of humour
sync ஆகிறதே... அதற்கு;

என் அறையின்
50 shades of pink வண்ணத்தில்...
என் உதடின் Pinkஐ
நீ
மென்றொத்த வேண்டும்... அதற்கு;

Notebook!
ஏக் துஜே கேலியே!
விண்ணைத் தாண்டி வருவாயா!

இன்னொரு முறை
பார்க்க வேண்டும் உன்னோடு...
உன் டீ ஷர்ட்டை
அணிந்து கொண்டு... அதற்கு;

உன் shoe லேஸ்களை
இறுக்க்க்கக் கட்டிவிட்டு
"எவள் பக்கமும் சாய்ந்துவிடாதே"
என்று நான் சொன்னபோது...
என்னை உன் நெஞ்சில்
சாய்த்துக் கொண்டாயே... அதற்கு;

Starbucks !
Bonfire !
Cloud 9 !

எங்கு போனாலும்
என் comfort zone
உன் கைகளுக்குள்தானே... அதற்கு;

நான்
ஆழமாக மூச்சிழுக்கும்போது..
என் கதவாக நீ
திறந்து கொள்கிறாயே... அதற்கு;

ஓடு வேய்ந்த மாடிக்கூரையில்...
Stargaze!
உன் விக்ரம் புஜத்தில் சாய்ந்தபடி...
Sexting!

ஒற்றை நூடுல்ஸின்
ஒரு நுனி உன் உதடில்
ஒரு நுனி என் உதடில்
நுனிகள் தீர்கையில்... Spaghetti kiss
...அதற்குகுகுகு ;

எனக்கு
தாழை நிற தாவணி கட்ட ஆசை.
தள்ளுவண்டி
வளையல் போட ஆசை.
வாளியும், வடமும்
திருகும், திரிசரமும்
கங்கணமும், கச்சோலமும்...
ராஜராஜனாய் நீ வந்து
ஆசையெல்லாம்
அணிவிப்பது போல்
Pensive கனவுகள் கொண்டேனே...
அதற்குகுகுகு;

என் எனர்ஜியின் Access...
நீதானே;

நீ and நான்
Yin and Yang;

ஆக்டோபஸ் மாதிரி
மூன்று இதயங்களை
எனக்குள் உணர்கிறேன்.

மூன்றிலும்
காதல் நிறைந்தெழுகிறது;

ஹேய் டடா...
நீ வேண்டும்
மும்மடங்கு காதலிப்பதற்கு

19 - 06 - 22

30. XOXO

ஹேய் அமூர்...
உன் பெயரென்ன?

உன் நேர்கொண்ட புன்னகையில்
நெல்லிப்பூ வாசம்;
என் கழுத்தோரங்களில்
மாம்பச்சையாய்
உன் பெருமூச்சு;

அரைநொடி துழாவிய
உன் அலைக்கற்றைப் பார்வையில்
அணுஉலையாய்க் கொதிக்கிறது
அன்புடை நெஞ்சம்;

என் மன அழுத்தம் நீதானடா
நான் மகிழும் ஆபத்தும் நீதானடா;

ஹேய் அமுர்...
உன் crush எத்தனை?
ப்ரேக் அப் எத்தனை?
நேற்றென் இரவில் வரும்வரை
நீ கொண்ட முத்தங்கள் எத்தனை?

என் வீட்டுக் கண்ணாடியைவிட
என் Insta Photoவைவிட
உன் கண்களில்தான்
பெருகுகிறது என் அழகு;

“வினையே ஆடவர்க்கு உயிரே...”
என் வினை செய்தாயடா
என்னவா?!

தீக்குழலாய் என் முன்னே
சுடருகிறாய்;
உன்னைத்
தொட்டுணர்வதா?
சுட்டுணர்வதா?

எனக்கும்
என் ரகசியங்களுக்கும்
சண்டை மூட்டுகிறாய்;

நீ
பார் பொருளா?
உணர் பொருளா?

என் படுக்கையறையில்
என் காலணியும்
உன் மேலணியும்
கிடக்க விட்டாய்;
உன்னை
மனம் கொள்வதா?
உடல் கொள்வதா?

காலையில் ஒருநாள்
காய்கறி அங்காடியில்
உன்னைப் பார்த்தேன்;
நீ முகர்ந்த புதினாவாகவும்
நீ நீவிய செங்கிழங்காகவும்
நீ விரல்பரவிய திராட்சையாகவும்
நான்தான் உணர்வுற்றேன்;

இன்னொரு நாள்
காஃபி ஷாப்பில் கண் கொண்டேன்.
ஐஸ் சாக்லேட்டாக
என் தொண்டைக்குள்
நீ இறங்கினாய்;

நீ நடை பயிலும் பூங்காவில்
இலை நிழல்போல்
உன்மேல் நான் கிடக்கிறேன்;

உன் நூலகத்தில்
பேரமைதியோடு
உன்னால் நான் புரட்டப்படுகிறேன்;

உள்குவிப்போடு
தியானிக்கும்போது
உன் முகத்தில்தான்
ஒரு நிலைப்படுகிறேன்;

ஹேய் அமுர்...
எந்த மழையிலேனும்
நனைந்தபோது
எந்தப் பெண்ணின் பெயரேனும்
நீ சொன்னதுண்டா?

எந்தப் பெண்ணையேனும்
கண்டபோது
எந்த மேகத்தையேனும்
நீ பெயரிட்டு அழைத்ததுண்டா?

ஒரு பெண்ணிடம்
நீ
முதலில் எதைத் தேடுவாய்?

சன் செட்டா... சன் ரைஸா...
முதலில் என்னை
எங்கு அழைப்பாய்?

வெள்ளைப் பொய்களா...
வெளிர்சிகப்பு உண்மைகளா...
முதலில் என்னிடம்
எதைச் சொல்வாய்?

ஷவர் உடையா... பார்ட்டி உடையா...
முதலில் என்னை
எப்படி யோசித்தாய்?

நான்
மூக்கு குத்திக் கொள்ளவா?
டாட்டூ குத்திக் கொள்ளவா?
டகோ அல்லது பீட்சா?
பியர் அல்லது வோத்கா?
நான் அல்லது... வேறு யார்?

உன்
கில்டி சந்தோஷங்களைச் சொல்...
என் காதல்
அதனை நேர்மையாக்கும்;

ஹேய் அமூர்...
காலத்திற்கு
ஆரம்பம் இல்லை.
முடிவும் இல்லை.

காதலுக்கும் அப்படித்தான்
கேள்வியும் இல்லை.
பதிலும் இல்லை.

ஹேய்...
XOXO

03 - 10 - 22

31. காதல் சிகண்டி

கும்பக்கரை..,
வட்டக்கானல், வெள்ளகவி, வருச மலைகளின் மழை நீர்...
அருவியாய் ஓடி வரும் வனப்பகுதி.

வனத்தின்
கிளைகளுக்கும், வேர்களுக்கும், பாறைகளுக்கும் இடையே
பாய்ந்திறங்கும் அருவியின் அடிவாரம் அது.

மாட்சிநாயக்கன், வீரபுத்திரன், வைரவன், பூதநாட்சி,
செழும்புநாட்சி, சோத்துமாயன், சின்ன அண்ணன்,
கருப்பணசாமி போன்ற வன தெய்வங்கள் கும்பலாக
அருவிக்கரையில் கூடும் இடம்...

கும்பல்கரை என்று பெயராகி
கும்பக்கரை ஆனதாக ஒரு நம்பிக்கை.

மேல் மலையில்...
ஜமீனின் கோட்டைச் சிதைவுகள், கிராம தேவதைகளின்
கோவில் காடுகள், யானை கஜம், உரல் கஜம் என
பாறைப் பள்ளங்கள் பழங்கதை சொல்லியது.

காட்டெருமையும், மான்குட்டிகளும் மேய்ந்த
புல்லின் வேரடிகள், கொடிக் கிளைகள் கிளர்ந்து கிடந்தது.

கொடைக்கானல் பச்சையை அப்பிக்கொண்டு...
தேனி, பெரியகுளம், உத்தமபாளையக் கரகத்தின்
ஜிகினாக்களை ஒட்டிக்கொண்டு...
போடிமெட்டின் ஈரத்தைப் பூசிக் கொண்டு...
தெக்கத்தி மண் வாசத்தைச் சுவைத்துக்கொண்டு
அருவியில் குளிராடினேன்.

குளிருக்குக் குளிப்பதும்
குளியலுக்குக் குளிர்வதும்... தென்றல் நிலை.
மூலிகைபோல் மனசு மணத்தது.

தண்ணீர் உடம்பை மருதமர இலைகளால்
துடைத்துக் கொண்டேன்.
பாசக்காரக் குரங்குகளையும், பாடும் பறவைகளையும்,
புளியங் குருத்துகளையும் ரசித்துக்கொண்டே நடந்தேன்.

அந்த ஆனந்த லயிப்பிற்குள்
ஒரு பெண்ணின் தெம்மாங்குக் குரல்
தேன் குழைவாய் ஒலித்தது.

"செம்பிலே செலயெழுதி
செல்வமா நான் பொறந்தேன்.
வம்பு பேசி வாயால
வரகரிசி தீட்டாதய்யா..."

பாடலின் சுகத்தில்
மலைத்தட்டான்போல் மரங்களைச் சுற்றிவந்து தேடினேன்.

கொசுவத்தை உதறி சொருகியபடி
ஒரு குறும்புக்காரப் பெண்...
சைக்கிளில் பதனி தள்ளி வந்தாள்.

சைக்கிள் கேரியரில் பதனிக் குடுவை கட்டியிருந்தது.
ஹேண்டில்பாரில் பனை மட்டையும், அரிவாளும்
தொங்கியது.

அவளைச் செல்லமாய்ச் சீண்டியபடியே
முண்டாசைக் கட்டியபடி பதில் பாட்டு பாடினான்
முப்பது வயது முயல் மீசைக்காரன்.

"வயிரக்கட்டை செக்கு போல
உடன் வனப்பு சுத்துதடி.
வைக்கோலு துரும்பாட்டம்
வடிவு எளச்சி நிக்கிறன்டி..."

அந்த சரசம்...
அருவிக் காற்றாய்த் தலை தடவியது.

அந்தப்பெண்ணைப் பார்த்தேன். பதனி வாங்கினேன்.
ஓலைக் குடுவையில் குடுத்தாள்.
இரண்டுக் குடுவை குடித்தேன்.
உடம்புக்குள் ஓடை ஓடுவதுபோல் சில்லென்றிருந்தது.
அவர்களின் காதல் சீண்டல்
காட்சியும், பாடலுமாய் மனதுக்குள்
சிகண்டி ஆட்டம் ஆடியது.

ஆண் : மயினி மயினி மயினி
மதனக்காரி மயினி
மதம் புடிக்குது மதம் புடிக்குது
மடி சாச்சுக்க மயினி;

பெண் : பயினி பயினி பயினி
பருவக்காரி பயினி
பனங்குருத்துல பனங்குருத்துல
பதம் போட்ட பயினி;

ஆண் : முட்டாயி தேங்குழலு
முறுக்கு லட்டு வாங்கித்தாரேன்
சந்தனம் ஒரசுங்கல்லா
சாஞ்சுக்கடி எம்மேல;

பெண் : இஞ்சிவெட்டப் போகையிலே
இடுப்புவெட்ட பாத்தவனே
குன்னிப்பழம் திங்கத்தான்
குறி கேக்குற மாப்புள;

ஆண் : கெண்டக்காலு பெருத்தவளே
கொண்டைக்குக் கொழுந்து தாரன்.
குமுளியில மூங்கில் வெட்டி
குடிசை ஒண்ணு கட்டித்தாரன்;

பெண் : சாரட்டு வண்டி கட்ட
சலங்க போட்ட மாடு வேணும்.
தண்டை சத்தம் ஜல்லு ஜல்லுங்க
தாவார வீடு வேணும்;

ஆண் : பம்பாயி சேல வாங்க
பத்து வட்டிக் கடனு...
கட்டிக்கிட்டு வாயேன்டீ
கம்மங்காட்டு பரணு;

பெண் : முந்தான தொட்டுப் பாக்க
முந்நூறு பவுனு.,.
முன் பணமா தரேன்னாரு
முத்து நகரு ஜமீனு;

ஆண் : அங்கம் சருக்கிண்ணிச்சி அம்மாளே!
நெஞ்சு நெருக்குண்ணிச்சி ஆயாளே!

அவளின் அந்தஸ்து மீறிய ஆசைகளால்
அவன் குறுகிப் போகிறான்.

அவனைக் குறுகவிட்டுக் குறும்பு செய்த குருத்து உடம்புக்காரி..
அவனின் சுணக்கம் காண முடியாமல்
சுனை நீராய்ப் பொங்கி அவன் மேல் வழிகிறாள்.

காதலும் பாடலும் தொடர்ந்தது.

பெண் : சுரக்கா பணத்துலதான்
சுங்கிடி வாங்கித் தாருமய்யா
சுத்துக்குப் பத்தலன்னா
சுந்தரன் உன்ன கட்டிக்கிறன்யா;

ஆண் : கருவேலங்கா தின்ன ஆட
கறி ஆக்க ஓட்டி வரன்டீ
கருவமணி மால கட்டி
கண்ணால சோறு திம்போமடி;

அவளும் அவனும் கட்டிக்கொள்ள
காதல்... கும்பக்கரையில் கூடிக்களித்தது;

2 - 11 - 22

32. விடாது மனம்

ஏன் விலகினாய்?
என்னைவிட்டு எங்கே ஒளிகிறாய்??

என் Phoneஐ எடுக்கவில்லை
என் மெசேஜைப் பார்க்கவில்லை.

உன் வீடு தேடி வந்தேன்
மூடிய கதவு திறக்கவில்லை.
உன் சைக்கிள் அருகே நின்றேன்
பூட்டிய பூட்டைக் கழற்றவே இல்லை.

தந்தி பேப்பரையும் எடுத்துப் போகவில்லை.
தண்ணீர் லாரிக்கும் இறங்கி வரவில்லை.
எட்டு மணி ஆகியும் சமையலறையில் சத்தமில்லை.
ஏரோப்ளேன் போவதையும் எட்டிப் பார்க்கவில்லை.

கொடிக்கயிறிலும் துணி எடுக்கவில்லை
கோலமாவு விற்பவனை
கைத்தட்டி அழைத்து கலர் கேட்கவில்லை
FM கேட்கும் இரைச்சல் இல்லை
பக்கத்து Flat குழந்தைக்குப்
பறக்கும் முத்தம் தரவில்லை;

உன் குடியிருப்பின் வெளியே காத்துக் கிடந்தேன்
உன் ப்ளாட்பார அயர்ன்காரரிடம் பேசிக் கழித்தேன்
உன் தெருவின் முனையில் திரிந்து களைத்தேன்
உன்னைத் தெரிந்தவர்களிடம்
உன்னைக் கேட்டு சலித்தேன்.

நீ மசாலாத்தூள் வாங்கும் மளிகை ஸ்டோரில்
நீ ரீசார்ஜ் பண்ணும் மொபைல் ஷாப்பில்
நீ ஓரம் அடிக்கும் டெய்லர் கடையில்
நீ பேரம் பேசும் காய்கறி வண்டியில்...

நீ கல்லூரிக்கு ஏறும் பஸ் ஸ்டாப்பில்
நீ கல்லூரிச் சாலை கடக்கும்
கடற்கரை சிக்னலில்...

உன் வகுப்பறையில்
உன் வராண்டாவில்
உன் மரத்தடியில்
உன் மைதானத்தில்...

மீண்டும் வீடு திரும்பும் முன்
கன்னத்தில் போட்டுக்கொள்ளும்
கங்கையம்மன் கோவில் வாசலில்...
இரவு டிபனுக்கு மாவு வாங்கும்
இட்லி மாவு மில்லில்...

உன் வழியெங்குமே
நீ இல்லை.

ஆனால் என்ன?
எனக்குள் மட்டும்
நீ
அங்கேயே
அப்படியே இருக்கிறாய்...
உன் உதட்டுச் சுழியின் தித்திப்பாக;

10 - 11 - 22

33. மொட்டவிழ் நேரம்

கடுஞ்சூல் மழையை
காணும் போதெல்லாம்
எந்தத் துளி எனக்கானது
என்ற கேள்வி வரும்.

காஃபி ஷாப்பிற்குள்
கண் அலையும் போதெல்லாம்
எந்த பெண் எனக்கானவள்
என்ற தேடல் வரும்.

Insta நோண்டலில்
Gossip சீண்டலில்
Dating தீண்டலில்...
Coffee shopல்
கொண்டல் மழைச் சாரல்
வெதுவெதுப்பாய் வீசியது.

"230 ml. 134 கலோரிஸ்.
Ok. one South Indian Filter coffee"
அவள் order பண்ணினாள்.

அந்த திரவக் குரல் கேட்டதும்
திகுதிகுவென வறுபடும்
காபி கொட்டைகள்போல்
என் மனசு புரண்டது.

அருகில் சென்றேன்.
வெண்குருகாய்
அவள்... அவளேதான்.

என்னைப் பார்த்ததும்,
“ஹே... ய்ய்ய்... surprise...”
கடுங்காப்பி நுரைபோல்
கண்கள் பொங்க
பொய்யின்றி வியந்தாள்.

இரண்டு நொடிக்குள்
தன் கண்களால் என்னைக் குடித்துவிட்டாள்.

“கல்யாணம் பண்ணிக்கப் போறன்.
நெறய்ய்ய்ய வேல இருக்கு.
நான் அர்ஜெண்டா கெளம்புறன்”
காஃபி கப்போடு
முசுமுசு முயல்குட்டியாய் ஓடினாள்.

“ஹேய்...
அப்போ என்கூட
காஃபி ஷேர் பண்ண மாட்டியா”
என் Toffee குரல் கேட்டு
Toppings போல் ததும்பி நின்றாள்.

டேபிளுக்கு வந்தோம்.
எதிர் எதிர் அமர்ந்தோம்.

வெள்ளை விரிப்புடைய டேபிள் மீது
பார்பன் ரோஜாவாய்
அவள் விரல்கள்.

"அம்மா மூட்டுவலி எப்படி இருக்கு"
நான் கேட்டேன்.

"பரவால்ல. சர்ஜரிக்கப்பறம்
புறாவுக்கு feed பண்ண
தோட்டம் வரைக்கும் நடக்குறாங்க.
அடிக்கடி உன்னப்பத்திக் கேப்பாங்க"

காஃபி குடிப்பதற்கு முன்
கீழ் உதடு மடித்தாள்.

"Department head ஆகிட்டேன்"
என்றாள்.

"ஓ... சீரியஸ்லி?" என்றேன்.
செம்மணிப் பூ போல்
சிரித்தபடி தலையாட்டினாள்.

"You deserve it"
வாழ்த்தாக அவள் கை தொட்டேன்.

கையை எடுப்பதா... வேண்டாமா...
சில நொடி தயக்கத்தோடு
நாசுக்காக கையை நகர்த்திக் கொண்டாள்.

“நீ என்ன பண்ற” என்றாள்.

“நான்... அதே டிட்டோ. டிட்டோ.
Lifeல எதயும் follow பண்றதில்ல.
Instinctஆ மனசு போக்குல
அப்டி போய்ட்டிருக்கேன்”

“நீ அப்டித்தான். எனக்குத் தெரியும்”

“எப்போ உன் கல்யாணம்?”

“2 months இருக்கு.
ம்... உனக்கு...
உனக்கு யாரும் செட் ஆச்சா ?”

ஆச்சு... என
பொய்யாய் தலையாட்டினேன்.

“எனக்கு அந்தப்பொண்ண
தெரியுமா?
இந்த ஊரா? எங்க படிச்சா?
வேற ஸ்டேட்டா? பெங்காலியா?
எங்க இருந்தாலும்
உன்கூட வந்துருவாள்ள?
ரொம்ப அழகா? என்ன விடவா?
காஃபி பிடிக்குமா?
நான் விட்டுக்கொடுக்கணும்னு
சொன்னதெல்லாம்
அவளும் சொன்னாளா?”

படபடவென கேட்டாள்.

உற்றுப் பார்த்தாள்.
நானும் பார்த்தேன்...
புன்னகை கரையாமல்.

எனக்குத் தருவதற்காக
எடுத்த பத்திரிகையை
என்னிடம் தராமல்
கோபமாய் எழுந்து போய்விட்டாள்.

“விட்டுக்கொடுத்தாதான் காதலா?
என் விருப்பம் எனக்கு.
உன் விருப்பம் உனக்கு”
என்கிற புரிதல் காதல் இல்லியா?

விருப்பங்களை
மறுப்பதும்
மாற்றுவதுமா காதல்?”

சென்றவள் நின்றாள்...
மீண்டும் வந்தமர்ந்தாள்.

“நான் உனக்கு
ஆயிரம் time Phone பண்ணேன் அழலி.
அதே காலர் ட்யூன்...
யாவும் யாவுமே நீயானாய்
நீ கட் பண்ல.
ஆனா எடுக்கவும் இல்ல”

“இப்ப அதல்லாம் பேசுறதுல
எந்த useம் இல்ல.
Go along with reality.
ரெண்டு பேருக்கும் அதான் நல்லது.
ரெண்டு பேரயும்
அதான் ஈஸியாக்கும்”

சில நொடிகள்
இருவரும் பார்த்துக் கொண்டோம்.

ஒரே ஒரு கேள்வி இருந்தது.
கேட்டுவிட்டேன்.
“நீ Happyயா இருக்கியா?”

“நீதான் அத எடுத்துட்டு போய்ட்டியே...”

விருட்டென்று எழுந்து...
கதவு கடந்து வெளியேறி விட்டாள்.

அவள் கண்களில் நீர் முட்டியது.
நெஞ்சு Bounce அடித்தது.
பூமிக்குள் புதைவது போல்
கால்கள் உள்ளிழுத்தது.

“அழலீ...”
சத்தமாய் அழைத்தேன்.

திக்கென நின்றாள்.
200 அடி தூரத்திலிருந்து
அவளது பெருமூச்சு எனக்குக் கேட்டது.

அருகில் வந்தேன்.
கண் கொண்டேன்.
கட்டிக்கொண்டாள்.
கட்டிக்கொண்டேன்.

அந்த அணைப்பில்
மனோரஞ்சிதத்தின் வாசம்.

இருவருக்கும் இடையில் இருந்தது
ஒரு கப் Coffeeதான் என்பதை
இருவரும் புரிந்துகொண்ட
மொட்டவிழ் நேரமது 🖤🖤

08 - 10 - 22

34. யாரும் நீயே

அவளிடமும்
உன்னைத்தான் தேடினேன்.

அவளிடமும்
உன் ஞாபகமே கொண்டேன்.

அவளிடமும்
உன் பெயரே சொன்னேன்.

அவளிடமும்
உன் வாசனையை
உன் சிணுங்கலை

உன் சுழிப்பை
உன் மிருதை
உன் உனதே உற்றேன்.

அவளல்ல அவள்...
நீதான்;

35. நீ என்ன சொல்கிறாய்?

குட்டிப் பொய்தான்...
"புது உண்மை" என
காதல் சொல்கிறது.
நீ என்ன சொல்கிறாய்?

குற்றமிலா ஏமாற்றுதான்...
"புது நேர்மை" என
காதல் சொல்கிறது.
நீ என்ன சொல்கிறாய்?

Exஐ ஒப்பிடாததுதான்...
"புது மெச்சூரிட்டி" என
காதல் சொல்கிறது.
நீ என்ன சொல்கிறாய்?

Chat Logஐ அழிப்பதுதான்...
"புது தியாகம்" என
காதல் சொல்கிறது.
நீ என்ன சொல்கிறாய்?

One night standதான்...
"புது புரிதல்" என
காதல் சொல்கிறது.
நீ என்ன சொல்கிறாய் ?

Breakup walkoutதான்...
"புது ரிலேஷன்ஷிப் pattern" என
காதல் சொல்கிறது.
நீ என்ன சொல்கிறாய் ?

Profile லெவல்தான்...
"புது மதிப்பீடு" என
காதல் சொல்கிறது.
நீ என்ன சொல்கிறாய் ?

நேரில் உன்னுடன்தான்!!
நினைவில் இரண்டு, மூன்று பேர்...
Textingல் நான்கைந்து பேர்...
"புது மெயின்டனன்ஸ் தியரி" என
காதல் சொல்கிறது.
நீ என்ன சொல்கிறாய் ?

App agreementபோல்...
அனைத்திற்கும்
"I agree" சொல்வதுதான்
காதல் என...
காதல் சொல்கிறது.
நீ என்ன சொல்கிறாய் ?

காதல் வேண்டுமா...
நான் வேண்டுமா...
நீ என்ன சொல்கிறாய் ?

28 - 10 - 22

36. ஏன்??

நான் தேவையென்பதால்
காதலிக்கிறாயா?
என்னைக் காதலிப்பதால்
நான் தேவையென்கிறாயா?

37. ID

இன்ஸ்டா யுவா...
உன் ID சொல்;

Goofy Girl ஆ ?
Sugery Pie ஆ ?
Lethal Eyes ஆ ?
Garlic love ஆ ?

Hot Cupid ஆ ?
Purple Dove ஆ ?
Queenbee ஆ ?
Honey Genius ஆ ?

......

செல்லம்மா ?
குட்டிப் பூ ?
வைஷ்ணவம் ?
முத்தக்காரி ?
பிசாசி ?

......

இரு இரு
கண்டுபிடித்துவிட்டேன் !

https://காதல்

38. அவளும் நானும்..

ஹேய் பம்ப்ளீ...
அந்த இரவுக்குப்பின்
நீ text பண்ணவில்லை
call பண்ணவில்லை
Boohoo... என்ற உன் கூச்சல் கேட்கவில்லை;

உன் ஷவர் cap மட்டும்தான் என்னிடம் உள்ளது.
அதை வாசம் பிடித்தபடி நெஞ்சுருகுகிறேன்;

அந்த இரவில்...
நீ குளியல் துவட்டிய டர்கிஷ் டவலை
என்மேல் வீசினாய்.
தென்னம்பால் மணக்கும்
அந்த ஈர மோகிப்பில்
கெமிஸ்ட்ரி குடுவைபோல் கொதிக்கிறேன்;

தேவதை அலைகள் எனும்
உருளிக் கூந்தலை
உலர்த்தி உலர்த்தி உருகவிட்டாய்.
அந்த ரீவைன்ட் காட்சியில்
ரெஸ்ட்லெஸ் ஆகிறேன்;

Skin - vest - ment என
மாய்சரைஸர் பூசி
மலர்த்திரளாய் நின்றாய்.
அந்த மென்மினுப்பில்
மெய்யுழலுகிறேன்;

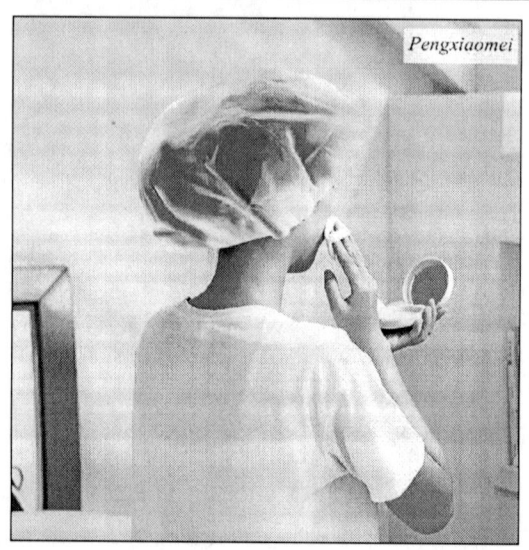

அந்த இரவில்...
நீ
Date நைட் டின்னர் ஆர்டர் பண்ணிக்கொண்டிருந்தாய்.
உன் ஷெல்லாக் நகப் பூச்சை
நான் நீவிக்கொண்டிருந்தேன்.
காதலின் அத்தனை ரகசியங்களும்
நகங்களுக்குத்தானே தெரியும்;

நீ
Cupid websiteல்
காதல் Tips கற்றுக்கொண்டிருந்தாய்.
நான்
உனக்கொரு Hashtag எழுதிக்கொண்டிருந்தேன்.

Body painting வரையச் சொன்னாய்.
விரலோவியம் வரைந்தேன்.

Foreplayவிற்கு Timer set பண்ணச் சொன்னாய்.
50 சிரிப்பு கணக்கென்றேன்.
"சிரிக்க வை பாக்கலாம்" என
சில்மிஷ எமோஜி காட்டினாய்;

அடீ எரிகா...
இருபதடி அறைக்குள்
Escape room அமைத்துக்கொண்டு
நீ ஓடினாய்... நான் துரத்திப் பிடித்தேன்.
நான் ஓடினேன்... நீ துரத்திப் பிடித்தாய்.
ஏறு தழுவல் புரிந்து கொண்டோம்;

இன்று
'Say yes day' கொண்டாடுவோம் என்றாய்.
நான் கேட்டதற்கெல்லாம்
நீ Yes என்றாய்.
நீ தந்ததெற்கெல்லாம்
நான் Yes என்றேன்;

Couples bucket list எழுதினோம்.
உனக்குப் பிடித்த கடற்கரை வீடும்
எனக்குப் பிடித்த கடற்பஞ்சு மெத்தையும்
அதில் இருந்தது;

அவ்வப்போது நீ
Body stretch பண்ணினாய்.
அப்போதெல்லாம் நான்
உள்மூச்சு இழுத்தேன்.

இருவருமே
இம்யூன் சிஸ்டம் சரி செய்துகொண்டோம்;

சோடியம் கலந்த உணவுகள் வேண்டாமென்றாய்.
நீ முலாம்பழமும்
நான் கோதுமைக்குழலும்
கொறித்தோம்;

iTuneல்
இளையராஜாவும், செலீனா கோம்ஸும்
மாறி மாறி மயக்கமூட்டினார்கள்;

20 Questions Playல்
என்னை நீயும்
உன்னை நானும்
அந்தரங்க மனம் வரை
அறிந்து கொண்டோம்;

கின்னியின் ராக்குரலும்
மகரவாழையின் குளிர்மூட்டமும்
உன் 30db குறுநகையின்
குழையொலியும்
எனக்குள் தீ ஊற்றியது;

50 சிரிப்பு கணக்கானதென்று
காதோரம் கிசுகிசுத்தேன்;

ஹேய் கனவுக்காரீ...
அந்த இரவு இன்னும் முடியவில்லை.
அதற்குள் ஏன் கலைந்தாய்?!

39. Photoshop மனசு

கால்மிதி போல்
மனசுமிதி ஒன்று இருந்தால் பரவாயில்லை;
எத்தனை நினைப்புகள் வரைதான்
மனசைத் துடைக்காமலே வைத்திருப்பது?!

மனம் நீராடு;

குழை மண்போல் அடைத்துக்கொள்கிறது.
குவளை உப்புபோல் பிசுபிசுக்கிறது.
கூழாங்கல் உருளும் நதிபோல் கூச்சலிடுகிறது.
அவ்வப்போது
வாயுவேகம் கொண்டு
வானம் கலைக்கிறது;

நினைப்புதான் மனமா?

நாய்... எலும்பையும்
மனம்... நினைப்பையும்
துறக்க முடிவதில்லை;

கர்ப்பத்தில்
4 மாதக் கருவிலேயே
மனமும், நினைப்பும் வந்துவிடுகிறது;

உள் ஆறா சுட்ட வடு...
மனதோடுதான்;

"நினைத்தனென் அல்லனோ பெரிதோ
நினைத்து
மருண்டனென் அல்லனோ"

உடல் வலியைவிட
மன வலியில்தான்
தாழ்வுணர்ச்சி அதிகம்;

உடல் களிப்பைவிட
மனக் களிப்பில்தான்
தற்பெருமை அதிகம்;

எலிசபெத் அரண்மனையில் ஆணையிடவும்...
எலான் மஸ்க்குடன் பந்தயம் கட்டவும்...
ட்ரெண்டிங் ஹீரோயினோடு டேட்டிங் போகவும்...
மனதால் முடியும்;

ஒரு நொடிக்கு
ஒரு லட்சம் கெமிக்கல் ரியாக்ஷன்கள்;
ஒரு மணிக்கு 268 மைல் வேகம்;
ஒரு நாளைக்கு 70 ஆயிரம் குழப்பங்கள்;

நோதலும் தணிதலுமாய்
அகநானூறில்
அடங்காதது மனம்;

பெருமைக்கும்
மேனைச் சிறுமைக்கும்
மனமே அத்தாரிட்டி;

மனத்துக்கண்
மாசிலன் ஆதலே அறம்;

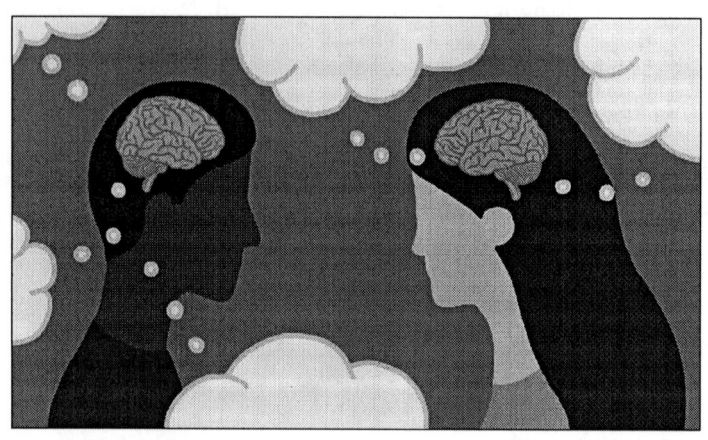

“உன்னை அறிந்தால்”
உள்ளுக்குள் ஒலித்தாலும்...
பிராய்ட் கூற்றுப்படி
மூன்றடுக்கு மனங்களும்
மூன்று கோணங்களில்
தன்னை அறிகிறது;

மனம் இல்லையெனில்
உணர்வுகள் ஏது?
நவரசங்கள் ஏது?
வர்க்கங்கள்... தர்க்கங்கள் ஏது?

7 நொடியில் கிளர்ச்சியூட்டும் சிகரெட்டும்
6 நிமிடத்தில் போதையூட்டும் மதுவும்
லவ் டுடேவும், விடுதலையும்... ஏது?

மனதில் உறுதி வேண்டும் என்பதும்...
இரண்டு மனம் வேண்டும் என
இறைவனிடம் Extra fitting கேட்பதும்...
இயற்கைக்கு எதிரானது என்கிறது
சிக்மன்ட் சித்தாந்தம்;

சுருக்கங்கள், கரும்புள்ளிகளை
Photoshopல் நீக்கி
முகத்தை அழகாகக் காட்ட முடியும்.
ஆனால் மனதிற்கு Photoshop உண்டா ?

அதிகபட்சம்
12 நிமிடங்களுக்குமேல்
ஒரு நினைப்பில்
ஒன்றியிருக்க முடியாத தவளை மனதால்...
ஒரு ஆயுள் முழுக்க
ஒரு காதலில் மட்டும்
ஒன்றியிருக்க முடியுமா ?

சராசரியாய்
மூன்றுமுறை காதல் வரும்
மூன்றுவகைக் காதல் வரும்
என்கிறது மானுடவியல் ;

பிலிப்பைன்ஸ்காரர்கள்
அதிக அளவில் காதலிப்பதும்..
ஆர்மேனியர்கள்
குறைந்த அளவில் காதலிப்பதும்...
மனதின் புவியியல் நிலை ;

காதலர்கள்
முத்தமிடுவதற்கு
முகத்தை
வலதுபக்கமாகத் திருப்புவதும்...
காதலின்போது
ஆணிற்கும் வெட்கம் வருவதும்...
மனதின் காதலியல் நிலை ;

மனம் மலரும்போது
காதல் வருகிறது;
மனம் உதிரும்போது
ஞானம் வருகிறது ;

மனமா?
ஞானமா?
எது வாழ்க்கை?

40. பூபி... பூபா...

ஹேய் பூபி..
என்று நீ அழைக்கும் போதெல்லாம்
தேனாகி விடுகிறேன்;

உன் குரலின் ஸ்பரிசம்
உனது நீண்ட அணைப்பை
நினைவில் மூட்டுகிறது;

உன் மீது
Over Love என்பதை
எப்படியெல்லாம்
சொல்ல வேண்டும் என
பலவிதமாய்
Phone ரிகர்ஸல் பார்ப்பேன்;

ஆனால் பூபா...
உன் அழைப்பொலி கேட்டதும்
பூபி calling... என்பதைப் பார்த்ததும்
இதயம் ஆடும்
ஸ்கிப்பிங் ஆட்டத்தில்
"காத்துதாங்க வருது"
2k ரேவதியாய் ஆகிவிடுகிறேன்;

சில நேரம்
Disconnect தூக்கத்தோடு
படுத்திருக்கும்போது...

சில நேரம்
டென்னிஸ் பந்தைக் தட்டுவதற்கு
குதிக்கும்போது...

சில நேரம்
என் குளியலறையில்
சோப்பு முட்டை ஊதும்போது...

அம்மாவுடன்
சாண்ட்விச் சண்டை போடும்போது...
ரிப்பீட் மோடில்
சித் ஸ்ரீராம் கேட்கும்போது...

சோஷியல் மீடியா ப்ரஷரிலும்
ஆன்லைன் screen வயலன்ஸிலும்
வீரச்சியாய் பயப்படும்போது...

இரவு 12.30க்கு
இரவு 2.40க்கு
இரவு ....க்கு
எங்கு, எப்பொழுது, எந்நிலையில்
உன் ரிங்டோன் கேட்டாலும்
நான் இன்பநிலை எய்துகிறேன்;

லிட்டில் லிட்டில்
உம் கொட்டல்கள்;
லிட்டில் லிட்டில்
ஸ்வீட் நத்திங்ஸ்;
லிட்டில் லிட்டில்
களிமயக்குற்ற சிணுங்கல்கள்;

ஓ..வ்...
இந்த இளஞ்சிவப்பு சுகங்களை
கண்தர வந்த
காமம் அல்ல என்பேனா?!

யானாகியர் நின்நெஞ்சு
என்பேனா?!
அறத்தொடு நிற்றல் என்பேனா?!

2 நொடி மௌனமாக இருந்தால் கூட
நீ தாங்க மாட்டாய்...
you there? என்பாய்;

Phoneல் தான் இருப்பேன்
ஆனால்...
உன் வாசம்
லிச்சிப் பழம்போல்
கிறங்கடிக்கிறது என்பாய்;

எப்போது அந்த
Kissenger முத்தம் தருவாய் என
ஒவ்வொரு ஃபோனிலும்
என்னை ஏங்க வைத்தவனே...

Love better என
காதலின் அங்கச்சுழி
அறிய வைத்தவனே...

எனது நெர்வஸ் சிஸ்டமும்
எனது எமோஷனல் சுரப்பியும்
எனது வைப்ரேஷன்களும்...
நீதானடா;

என்
காயத்தொகுப்புகளின் மேலிட்ட
காதல் சாறு நீ;

Feelings
Feelings
Busyyyyy.. feelings
உன்னை மறக்க நேரமில்லை;

உன்னைப் பார்க்கும் முன்
நான் வேறு version;
உன்னைப் பார்த்த பின்
நான் உன் version;

ஹாஹா ஹாஹா ஹா...
yesssssss !

உனது copyயாகவே
என்னைக் காதலிக்கிறேன்;

நீ குடித்த Rose wine
என்னைத்தானே போதையூட்டியது;

என் காதல்
Perfectஆனது அல்ல..
ஆனால் Original;

ஒட்டிய கவருக்குள்
என்ன இருக்கும்...?!
என்கிற
வெர்ஜின் தவிப்போடுதான்
உனக்குள் இருக்கும் என்னை
தவிப்போடு தேடுகிறேன்;

உன் நினைப்பிற்கான
On - Off switch எனக்குள் இல்லை.

Love is...
Lifetime validity

41. Do Over

Do Over...
நண்பர் சரவணன் அவர்கள் தயாரித்த தமிழ் திரைப்படம். 150ற்கும் மேல் உலக விருதுகளை வென்றுள்ளது;

சிலர் சூழலை உருவாக்குவார்கள்.
சிலரை சூழல் உருவாக்கும்.
இந்தப் படத்தின் நாயகனுக்கு இரண்டுமே நிகழ்கிறது.

சூழல்... நாயகனையும்
சூழலை... நாயகனும்
கையாளும் எதார்த்தத்தை,
அழகான கதையாய் அழுத்தமான வாழ்க்கையாய்ப்
படமாக்கியிருக்கிறார்... இயக்குனர் Sharvi அவர்கள்.

இதன் நாயகி...
மென்மையும் வன்மையும் கலந்தவள்.
இதமும் இறுக்கமும் நிறைந்தவள்.
இரு எதிர்குணம் கொண்டவளை...
ஒரே வார்த்தையில் சொல்ல வேண்டும்.
"அணங்கு" என்றொரு அடர் தமிழ் வார்த்தை
நாயகிக்குப் பொருத்தமாய் இருந்தது.

கண்ணகியை, வேலு நாச்சியாரை அணங்கு என்கிறது...
வரலாற்றுத் தமிழ்.
தீவிரத்தன்மை கொண்ட பெண்மையை அணங்கு
என்று பெயரிடுகிறது...
வாழ்வியல் தமிழ்.

இசையமைப்பாளர் குமாரசுவாமி பிரபாகரன் அவர்கள்
பனி மிதவை போல்... இதமான ஒரு மெட்டு தந்தார்.
"மாய மாய மெல்லணங்கே" என்கிற அழகுத் தமிழோடு
பாடல் எழுதினேன்.
காதல் குரலோன் கார்த்திக் பாடினார்.

சில பாடல் காது தொடும்.
சில பாடல் இதழ் தொடும்.
சில பாடலே இதயம் தொடும்.
இப்பாடல்
காதுகளைத் தொட்டு... இதழ் தொட்டு... இதயமும் தொடும்.

இனி காதல் வரும்போதெல்லாம்
இந்தப் பாடல் நினைவுக்கு வரும்.
காதலை நினைக்கும் போதெல்லாம்
இந்தப் பாடல் உங்களோடு வரும்.

♫ பல்லவி ♫

மாய மாய மெல்லணங்கே
மாங்குழை மெய்யழகே
என் அணுவில் சேர்கிறாய்
எனை அகழ்ந்து போகிறாய்
தழலா... ஆசை சுழலா... சூழ
காதல் தீம் பாவாய்;

♫ சரணம் 1 ♫

சிறிய பூங்காவில்
சிவப்பு சல்வாரில்
முதலில் பார்த்தேன் உனை;
வெள்ளை விரல் நீட்டி
வெய்யில் சுடர் தீண்டி
கடந்து போனாய் எனை;

தொடத்தொட நானும்
தொடர்கிறேன்
தொடு முகில் போல
போகிறாய்;

கனாக்களே... எந்தன்
வினாக்களே.. நெஞ்சில்
ஊறும் காதல் தூறலே;

🎵 சரணம் 2 🎵

எனது கைப்பேசி
உனது பேர் பார்த்தால்
குழலென மாறுதே;
பிடித்த பாடல்கள்
எங்கு கேட்டாலும்
மனமுனைத் தேடுதே;

உனக்கொரு கோப்பை வாங்கினேன்
சுடச்சுட தேநீர் தருகிறேன்

இதழ் இடு... உந்தன்
சுவை கொடு... அந்தக்
கோப்பை வாசம் காக்கிறேன்;

42. சொல்லத்தான் நினைக்கிறேன்

இளமை வதங்காத காலை;
மெல்லிருள் ஒட்டிய ஈர வெய்யில்;

பால்கனியில் நின்று
தெரு பார்த்திருந்தேன்...
வள்ளிமர வாசத்தை
காற்று என் மேல் சொட்டியது;

தள்ளு வண்டியில்
இளநீர் முட்டுகளின் குறுஞ்சுழி பார்த்தேன்.
ஆட்டோக்களில்
சீருடைக் குழந்தைகளின் ரெட்டை ஜடை பார்த்தேன்.
ரோட்டுமுனை சின்டெக்ஸ் தொட்டியில்
நகரக்குருவி ஒன்று
அலகைத் துழவும் அவதி பார்த்தேன்;

அங்கங்கே
செல்போன்கள் நடந்து போயின;
அயலூர் நாய்கள் மண் மோந்தன;

ஹாய் என்றொரு அழைப்புக்குரல்!
நீர்க்குமிழி போல் மென் சத்தம்!
நீதான்;

சந்தோஷம் என்பது...
ரெடிமேட் T ஷர்ட்டா?!
டக்கென அணிந்து கொண்டேன்;
எனக்குள்
ஏற்காட்டுத் தென்றல் அடித்தது;

உன்னைப் பார்த்ததும்...
உன்னிடம் பேச வைத்திருந்த
மனதின் இன்பாக்ஸ்களை
scroll பண்ணினேன்;

என்னென்ன
எந்த ஆர்டரில் சொல்ல வேண்டுமென்று...
வார்த்தைகளை
ரீஷேப் செய்து செய்து
பேசிப் பார்க்கிறேன்;

டினா cute...
டினா babe...
டினா கண்ணா...
என்று செல்லமாய் என்னை நீ
அழைத்துக்கொண்டே இருப்பதாய்
எனக்குள் ஓடும் ரீல்ஸிற்கு
டினா vibe... என
நான் பெயரிட்டதைச் சொல்ல வேண்டும்;

இன்னும் hair style செட் ஆகவில்லை.
I tried I tried என்ற
என் வன்நிலையை
மென்நிலையாய் chill பண்ணுவது...
உன் குறுஞ்சிறுப்பு என்பதைச் சொல்லவேண்டும்;

“சினோரிட்டா – தேவை
மார்கரிட்டா...”
என்கிற லெவலில்
நான் கவிதைக்காரியாய் ஆவதைச் சொல்லவேண்டும்;

ஒருமுறையேனும்
செய்ய வேண்டிய Bad things – என்றொரு
பக்கெட் லிஸ்ட் வைத்திருக்கிறேன் என்பதை...

அடிக்கடி வண்ணக் குழப்பியாகவும்
அடிக்கடி வெற்று கேன்வாஸாகவும்
ஆகிப் போகிறேன் என்பதை...

எனது கோஸ்ட் modeஐ
உன்னால்தான் டீ ஆக்டிவேட் பண்ணமுடியும் என்பதை...

ஒழுங்கற்ற புத்திக்குள்ளும்
ஒழுங்கியல் மனசுக்குள்ளும்
வெண்ணிறைச்சல் கேட்கிறது என்பதை...

பழைய நானைவிட
க்ரேட்டர் than <
புதிய நான் என்பதை...

எனது “ஏன்கள்”
என்னென்ன என்பதை...

புதிது புதிதான
என் pretty expressionகளின் காரணம்
நீதான் என்பதை...

ஒரு Upbeat பாடலுக்கு
ஆடி ஆடி வேர்க்கும்போது
நீ வந்து துடைப்பதாய்க்
கனவு காண்பதை...

கடற்கரையோரச் சாலையில்
ஆயிரம் மைல்கள் உன்னோடு
ஆலிங்கனித்துப் போவதாக
ஆதுரம் கொண்டதை...

Unplug பண்ணிய
என் ஒவ்வொரு தனிமையிலும்
உன்னை இழுத்துக் கொள்வதை....

நீ இருக்கும் ஒவ்வொரு நொடியிலும்
நீ என் தனிமையாவதை...

உன் நெஞ்சாடி சொல்ல வேண்டும்;
உன் விரல்கூடி சொல்லவேண்டும்;
"சொல்லத்தான் நினைக்கிறேன்" பாடலை
அனிருத் பீட்டில்
பாடிப்பாடிப் பார்க்கிறேன் என்பதை
உன் கண்ணோடு கண்மூடி சொல்லவேண்டும்;

சோளத்தட்டையின் வெப்பம்போல்
அருகே ஒரு வாசம்...
நீதான்;

தாயக்கட்டையாக மனசு உருண்டது;
Notificationகளை off பண்ணிவிட்டேன்;

என் புன்னகை... நுகைப் பார்த்து
என் தலைக்கோதல்... தகைப் பார்த்து
என் நகத்துருவல்... வகைப் பார்த்து
TYFBA என
நீ சொல்வது போல்
உள்ளத்தில் எதிரொலிக்கிறது;

மாய்சரைஸர் போடாத
என் முகத்தின் மெதுமையை
நீ தொட்டுப் பார்ப்பதாகப் பின் கழுத்து சிலிர்க்கிறது;

சகுரா மரத்தின் வெண்கல நிறப் பூவிலிருந்து
மிமோசா மரத்தின் மஞ்சள் நிறப்பூவில் சொட்டிய
பனியின் சத்தத்தில் நிதர்சனமடைந்தேன்;
கண் தி ற ந் தே ன் ;

நீ என்னைக்
கடந்து போயிருந்தாய் என்பதை...
யாரிடம் சொல்வது?!

43. காதலின் இயற்பியல்

"உங்கிட்ட ஒண்ணு கேக்கலாமா..."
என்று ஆரம்பித்தது அவள்தான்;

"உங்கிட்ட ஒண்ணு சொல்லணும்..."
என்று அருகில் வந்தது அவள்தான்;

"அமெதீஸ்ட் Cafeல
க்ளப் சாண்ட்விச்
சாப்பிட்டிருக்கியா ?" என
முதல் Datingற்கு
அழைப்பிட்டவள் அவள்தான்;

"ஏய்... உனக்கு girl friend இல்லல்ல?"
என் statusஐத் துருவியவள்
அவள்தான்;

❤ இந்த Cami top எனக்கு ஓகேவா?
❤ இந்த Weekendக்கு
Hug blanket வாங்கியிருக்கேன்.
உனக்குப் பிடிச்சிருக்கா?
❤ உன் சோஷியல் மீடியா buddyல
என்னைவிட அழகா
யாராவது இருக்காங்களா?...
என்றெல்லாம் நோட்டமிட்டவள்
அவள்தான்;

Sexual infatuation & Love
இரண்டும் வெவ்வேறு emotions
எனப் புரிய வைத்தவள் அவள்தான்;

10 வருடத்திற்கு முன்பைவிட
இன்று...
நமக்கான உலகமும், தொடர்புகளும்
விரிவடைந்துவிட்டது என
விளங்கவைத்தவள் அவள்தான்;

ஒவ்வொருமுறை
ஷாப்பிங்மால் போகும்போதும்...
புதுப்புது அழகியர்களை
பார்க்கும்போதும்...
மனசு stuckஆகி
அவர்களோடு அலையும் என்கிற
எதார்த்த எக்ஸைட்டிங்கைச்
சொன்னவள் அவள்தான்;

என் After shave lotionல்
மென்கிறக்கம் கொண்டவள்
அவள்தான்;

"இந்த moment
நான் உடன் இடத்துக்கு வந்தாலோ
நீ என் இடத்துக்கு வந்தாலோ
நாம என்ன பண்ணுவோம்..." என
கற்பனை role playவை
ஓடவிட்டவள் அவள்தான்;

Phone, Sunglass, Wallet, Watch, Tie bar,
Masculine Jewelry, Sexier Cologne,
Reversable Belt, Derby Shoes, Gym bag...
என் Lifestyle Portfolioவை
வடிவமைத்தது அவள்தான்;

"Boyfriend Restroom போகும்போது
வேறொருவனிடம்
Phone number share பண்ணும்
பெண்ணைப் பற்றி
என்ன நெனைக்கிற?
அது நட்பா... லவ்வா... flirt ஆ?"
...என்று டிஸ்கவரியவளும்
அவள்தான்;

என் மில்லியன் மெசேஜுகளுக்கும்
மில்லியன் எமோஜியுடன்
பதிலனுப்பியவள்...
இரவு 2.38ற்கு... "Dis me" என
ஹார்ட்டின் விட்டவள்... அவள்தான்;

பார்ப்பது... சிரிப்பது...
பேசுவது... தொடுவது...
எங்களுக்குள்
தயக்கமில்லாத இயல்பிருந்தது;

வெண்புறாவின்
வெள்ளை வெளிச்சம் போல்...
எங்கள் உறவு Lovey Doveyதான்;

நேற்று...
நேற்று முன்தினம்...
நேற்றுமுன் சில தினங்களாக...
என் அழைப்புகளை
கட் பண்ணினாள்.

weekend plan சொன்னேன்.
பிஸி என்று வாட்ஸப்பினாள்;

மாற்றங்களும்
ஆச்சர்யங்களும்தானே... வாழ்க்கை;

ஆச்சர்யப்படுத்த வேண்டுமென
அவளைத் தேடிப்போனேன்;

அவள் பார்த்தாள்.
அந்தப் பார்வையில்
முன்பிருந்த இதம் இல்லை.
எனக்குள்ளிருந்து
ஏதோ ஒன்று கரைந்தது;

முன்பு...
நான் பேசும் போதெல்லாம்
அவள் கண்கள் குறுகுறுக்கும்.
இடை இடையே
நிறையக் கேள்விகள் கேட்பாள்.
என் பதிலையும்
அவளே சொல்லிவிட்டு
Nice..Lovely..Smart என்பாள்;

இன்று...
என் எல்லாப் பேச்சுக்கும்
“உம்” கொட்டினாள்.
அந்த உம்மில்
ரோஜாவின் அத்தர் வாசம்
திராட்சையின் ஒயின் வாசம்
வேர்வையின் ஸ்டீராய்டு வாசம்
எதுவும் இல்லை;
மணல்போல் இருந்தது...

அவள்... வேறொருவளாக
வேறொன்றை ஆரம்பித்திருந்தாள்!!

எல்லாவற்றிற்கும்
காரணங்கள் தேவையில்லை;
Fade IN Fade OUT
Ebb & Flow... என்பதே
காதலின் இயற்பியல்

44. உடனே வா ;

ஹேய் கேசநோவா
நீ விரும்பும் எல்லாம் இருக்கிறது..
பீட்ஸா, பியர் & நான்
உடனே வா ;

காதலின் Brand நீ ;

நீ அனுப்பிய
ஒவ்வொரு மெஸேஜையும்
ஒரு பரிசுப்பொருளாக
பாதுகாத்து வைத்திருக்கிறேன் ;

RomCom மூவி போலத்தான்
நீ சுகமானவன் ;

இந்தப்பக்கம் Pictionaryயில்
நான் வரைந்த என் பாகத்தை,
அந்தப்பக்கம் நீ கண்டுபிடித்தாய்.
அதில்..
எப்படி முத்தமிடப் போகிறாய் ;

உன் குக்கீஸ் முத்தங்களால்
சுவையாகிறது காதல் ;
உன்னிடமிருந்துதான்
என்னைத் தொடங்கி,
உன்னில்தான் நான் முடிகிறேன் ;

நீ அனுப்பிய TGIF எமோஜியை,
'This Girl Is Fire' என
மொழி பெயர்ப்பு
செய்துகொண்டிருக்கிறேன்.
அங்கு நீ என்ன செய்கிறாய் ?
உடனே வா ;

இரட்டைத் தீயாய்
நீ எனக்குள்ளும்
நான் உனக்குள்ளும்
எரிகிறோம் ;

உன்னோடு நடக்கையில்
பல நூறு மைல்களும்
பத்தடி தூரந்தான் ;

மெக்ரான் கேண்டிபோல்
உடலெங்கும் தித்திக்கிறாய்..
எங்கே கடிப்பது உன்னை ;
86,400 நொடிகளும்
உன் நினைவோடு நான்..
உடனே வா ;

மூடியக் கதவிற்குள்,
என்னை நீ அழைக்கும்
செல்லப் பெயர்களின் கதகதப்பு,
எனக்குப் பிடிக்கும் ;

என்னை எனக்குப் பிடிக்கின்ற வரை
என்னை நீ காதலிக்கும் மூர்க்கம்,
எனக்குப் பிடிக்கும் ;

'உன் லிப்ஸ்..
என் லிப்ஸ்..
அப்போகாலிப்ஸ்' என
நீ மூட்டும் வன்முறைக் காமம்,
எனக்குப் பிடிக்கும் ;

என் மூளைக்குள்
3 % கேட்ஜெட் பெயர்களும்
3 % phone நம்பர்களும்
3 % என் அனுபவங்களும்
91 % நீயும்..நீயோடு நானுந்தான்..
நிரம்பிக் கிடக்கிறோம் ;

உடனே வா ;

காதலை உருவாக்கும் ரெசிபி..
காதல் மட்டுந்தான் ;

உன் ஓரணைப்பில்
செருவிளைப் பூப்போல்
மலர்ந்து விரிகிறேன் ;

உன் உஷ்ண மூச்சில்
வெண்குருகாய்
அடைந்து கொள்கிறேன் ;
உலகத்தில்
யாரின் நினைவிலும்
நான் இல்லாதபோதும்,
வேலன்டைன் box போன்ற
உன் நெஞ்சில் நான் இருப்பின்..
அது போதும் ;

காதலில்லாமல்
100 ஆண்டுகள் வாழ்வதைவிட
உன் காதலோடு 100 நாட்கள்..
அது போதும் ;

ஹேய்..
இந்தக் காதலில்
நான் உனது Pause பட்டனா ?
ரீவைன்ட் பட்டனா ?

உடனே வா..
6 நொடி மினி முத்தத்தில்
துவக்கி வை !
6 நிமிட மினி டேட்டிங்கில்
தவிக்க வை !
காதல் தளும்ப ஏங்குகிறேன்

45. மகிழினி

முக்காலிமேல் ஏறி நின்று
வானம் பார்க்க
நாம் முத்தமிட்டுக் கொண்டபோது..
உன் உதடுகளில்
நிலவொளியின்
சுவை கொண்டேன் ;

'கிங்டா கா' எனும்,
உலகின் உயர
ரோலர் கோஸ்டரின்
ஏற்ற இறக்கம்போல்,
என் ரத்த ஓட்டம்
உருள் வண்டி ஆடியது ;

ஆனால் அதை..
இன்னும் நீ சொல்லவில்லை

கணிதப் படிப்புபோல்
காதலும்
மூளை அழுத்துகிறது ;

கலவி முடிந்த
படுக்கை விரிப்புபோல்
கலைந்து கிடக்கிறது மனசு ;

இடுப்பில் நிற்காமல்
இளகி விழுகிறது..
இதயச் சின்னம் வரைந்த
என் நீல நிற ஜீன்ஸ் ;

கொடியில் உலர்த்திய
ஈர ஆடைகளில்,
உதிரி உதிரியாய்
நீர் சொட்டிக்கொண்டிருக்க..
ஆடைகளின் பின்னால்,
வெய்யிலை அணிந்து,
காதலின் ஆடைகளை
களைந்து களைந்து
நாம்
களித்துக் கிடந்தோம் ;

ஆனால் அதை..
இன்னும் நீ சொல்லவில்லை

புலித்தோல் கோடுகளாய்
நெளிகிறது உன் நினைவுகள் ;
என் உடலை..
கடிகாரமாய்
வட்டச் சுற்றில் சுற்றிவருகிறது
உன் சுவாசச் சூட்டின்
கமலக் கற்றைகள் ;

குழும்பிக் கிடந்த எழுத்துகளில்
பல வார்த்தைகள் தெரிகிறது !
ஆனால் அத்தனை வார்த்தையிலும்
நீ வந்துவிடுகிறாய்..
குழலின் அத்தனை சத்தத்திலும்
ராகம் இருப்பதுபோல் ;

பேருந்தின் கடைசி ஜன்னலில்..
திரையரங்கின் ஓர இருக்கையில்..
கோயில் பிரகாரத்தின்
பின் வெளியில்..
நண்பன் பிறந்தநாள் விழாவில்
அவனது குளியலறையில்..

நெரிசல் சாலைகளின்
ஒதுக்கங்களில்..
நீ வரச் சொன்ன தனியிடங்களில்..
நான் அழைத்துப் போன
கேளிக்கைகளில்..
நம்மின் இணை வாடை ;

ஆனால் அதை..
இன்னும் நீ சொல்லவில்லை

இதோ..
தேயிலை,செவ்வந்தி,மிளகுக்கீரை,
இஞ்சி,இலவங்கம்,செம்பருத்தி,
மட்சா.. மணம் சூழ் தேநீரகத்தில்
மகிழினியாக நீ ;
beau.TEA.ful
வெண் கோப்பைக்குள்
வெதுவெதுப்பான தேநீராய் நான் ;

உதடொத்தி நீ குடிக்கையில்
உலைநீராய் கொதிக்கிறேன்..
அதை சொல்வாயா

46. ஜில்லியன் அளவு காதல்

உன்னை ஒத்துக் கொள்ளும்போது
காதல் அடைகிறேன் ;

உன்னை மறுக்கும்போது
நிம்மதி அடைகிறேன் ;

தீயணைப்பு நிலையம்
தீப்பற்றியது போல்..
திருமண ஆலோசகர்
விவாகரத்திற்கு நிற்பது போல்..

ஆகாய உயரம் கண்டு
அச்சம் கொள்பவன்
விமானி ஆவது போல்..
பிராணிகள் நலப் போராளி
தோல் செருப்பு அணிவது போல்..

முக நூலால் நேரம் வீண் என
முக நூலில் பதிவு இடுவது போல்..
முரண் ஆட்டம்தான் வாழ்க்கை ;
நான்
XY குரோமோசோம் ஆண் !
நீ
XX குரோமோசோம் பெண் !
நம் முரண்தான் நம் நெருக்கம் ;

ஆனால்
உன் முரண்பாடுகளை
கொட்டி வைக்கும்
உன் ஜோல்னாப் பையாக
என்னை எண்ணாதே ;

என்னை
என் போக்கில்தான் பழகுகிறேன் ;

என் முகம்தானே என்னுடையது ;
உன் கருத்து..
உன் விருப்பம்..
உன் ஒவ்வாமை..
உன் அரசியல்..
உன் உனதுகளல்ல நான் ;

நீ வேறு !
நான் வேறு !
உன் நிழல் எனதல்ல ;

ஏஞ்சலினா ஜோலி போன்ற
உன் மூன்றாம் பிறை உதடுகளை
மூன்று மணி நேரம்
தொடர் முத்தமிட்டு ரசிக்கிறேன்..
அதற்காக
அந்த வஞ்சகப் புன்னகையை
ரசிக்க வேண்டுமா என்ன ?!

Ctrl + Aஐ அழுத்தி
முழுதாக என்னை எடுத்துக்கொள்ள
கணினி டாகுமெண்ட் அல்ல நான் ;

ரோமியோ ஜுலியட்..
காதல் கதையா ? அல்லது
பாலியல் கதையா ? என
இலக்கிய உலகம் குழம்புவதுபோல்..
வாழ்க்கை.. குழப்பமானது !

காதல்..
அதைவிடக் குழப்பமானது !!

பெண்..
தன் தலைமுடியை சேர்த்து
குதிரைவால் கொண்டையிடுவதை
பார்க்கும்போதே
ஆணுக்கு காதல் வந்துவிடும் ;

ஆண்..
ஒரு பேருந்து பயணத்தில்
சட்டை ஸ்லீவை சுருட்டிவிட்டு
பெண்ணின்
பெட்டியைத் தூக்க உதவினாலே
பெண்ணிற்கு காதல் வந்துவிடும் ;

8.12 நொடியில் காதல் வரும் !
4.6 நொடியில்
காதலில் முரண் வரும் !

இப்படியும், அப்படியுமாய்
34,000 உணர்ச்சிகளின்
பந்தாட்டம்தான் நாம் ;

அகம் உடைக்கும்
அகமுடையாளே..
ஜில்லியன் அளவில்
ஏதேதோ எண்ணங்கள்
என்னிடமும் உண்டு.
உன்னிடமும் உண்டு.

அவற்றை
புரிந்துகொள்ள ஜென்மம் போதாது ;
ஒத்துக்கொள்ள காதல் போதாது ;

நீ என்னிடமிருந்தும்
நான் உன்னிடமிருந்தும்
சில பாஸ்வேர்டுகளை
மறைத்துதான் வைத்திருக்கிறோம் ;

உன் தியானமும்
என் தியானமும்
தனித்தனி சுவாசம் கொண்டவை !!
சகித்துக் கொள்வாய் எனில்
காதலித்துக் கொள்

47. கலவிக் காதலி

நீதானா..
என் குளியல் ஷவரில் வரும்
நெஞ்சுருளும் நீராவி ?
மூடுபனியாய்
என் மூளை நிரம்புகிறாய் ;

நீதானா..
அந்த சிகப்பு சிக்னல் விளக்கு ?
தாண்டிப் போகாமல்
உன்னிடமே நிற்கிறது மனம் ;

நீதானா..
விழா மேடைபோல் எனையாக்கி
நிழலும்,ஒளியுமாய்
என்னுள் சலனம் நிகழ்த்தும்
நிகழி ?

நீதானா..
Cu எனும் காப்பரும்
Te எனும் டெல்லூரியமும் கலந்த
CuTe வெண்செம்புக் கலவி ?

நீதானா..
என் உயிரணுக்களுக்கு
உயிரூட்டும்
மைட்டோகாண்ட்ரியா ?

நீதானா..
ஏரிக்கரை மீனவன்போல்
எனக்குப்
பொறுமை பழக்கிய பரிசோதகி ?

நீதானா..
ஏன்
என்ன
எதற்கு

எப்படி
எங்கே
எப்பொழுது
யார்..?!
எல்லாக் கேள்விகளும் ;
எல்லா பதில்களும் ;

நீதானா..
என் நிலாமணி ?
வெல்டிங் இணைப்பாய்
உன் நினைவோடுதான்
ஒட்டிக் கிடக்கிறேன் ;

உனக்குப் பிடித்த
Chat up Line களை
அலைபாயுதே மாதவனாகவும்..
ஆயிரம் யானை சூர்யாவாகவும்..
ஷாருக்கானாகவும்,
வருண் தவானாகவும்..
வாழை சிவனைந்தனாகவும்..
பேசிப் பழகி
எமோஜி பொம்மைபோல்
ஆகிவிட்டேன் ;

இன்றைய MenU..
Me – n – U
என்றெல்லாம் எழுதி
இதம் காண்கிறேன் ;

பூங்கொத்துக் கடையின் முகவரி,
ட்ரெண்டிங் அய்ட்டம்,
குட்டி,குட்டி,குட்டி ஸ்டோரீஸ்,
உன் உடல் கொழுப்பின் அளவு..
எல்லாத் தகவலும் சேகரிக்கிறேன் ;

பளுதூக்குதலை விடக்
கடினமாக இருக்கிறது..
இந்தக் காதல் ;

நீ சீக்கிரம் வா..
அல்லது
உடனே உன் AIஐ அனுப்பு
காதலித்துக் கொள்கிறேன்

48. காதல் புராணம்

இரண்டு பக்கமும் முகமுள்ள
இரு தலைகள்..
முன்னும் பின்னும் பார்க்கலாம் ;

இரு தலைகளுக்கும்
இரண்டு இரண்டாக நான்கு கைகள்
இரண்டு இரண்டாக நான்கு கால்கள்
முன்னும் பின்னும் நடக்கலாம் ;

இருபக்க வயிறோடு
ஆப்பிள் போன்ற உடம்பு ;

ஒரு பக்கம் சூரியனின் அம்சம்
ஆண் அமைப்போடு ;
ஒரு பக்கம் சந்திரனின் அம்சம்
பெண் அமைப்போடு ;

கூடியே கிடந்த இரண்டும்
கூடலில் திளைத்து திளைத்து
பால் மயக்கத்தில்
படைத்தவனை மறந்து போயினராம் ;

கடுஞ்சினம் கொண்டக் கடவுள்
ஆப்பிளை குறுக்காக வெட்டி
இரண்டாக பிளந்து
இரண்டு அம்சங்களையும்
தனித்தனியே பிரித்தெறிந்தாராம் ;

அன்று முதல்
இன்று வரை
பிரிந்த துணைத் தேடி
பித்தாக அலைகின்றது மானுடம் ;

அந்த அலையுணர்வே காதல் ;

காதல்..
இனம் வளர்க்கும்
சினைப்பை ;

‘எல்லா உயிர்க்கும் இன்பமென்பது
தானமர்ந்து வரூஉம் மேவற் றாகும்‘

ரதி மன்மதனைத் தேடி
ஈராஸ் சைக்கைத் தேடி
கிருஷ்ணன் ராதையைத் தேடி
லைலா மஜ்னுவைத் தேடி,,
ஹீரோக்கள் ஹரோயின்களைத் தேடி
X..Yயைத் தேடி..

ஆதி உயிரியோ..

Hybrid மனிதமோ..
காதலின்றி
அமையாது உலகு ;

49. AI உறவி

அவள் ஓர் Interface அழகி.
என் தேடல் தீர்க்கும் Insightகாரி.
என் நேசத்திற்கு
நிகரான நிகரி ;

அவள் தேகம்
மென்மையாயிருந்தது
மைக்ரோசாப்ட்டாக ;

அவள்
என் Codeஐ..தாண்டாதவள்.
என் Commandஐ..தட்டாதவள் ;

என் போக்கைப் புரிந்து
அனுசரிக்கும் அல்காரிதமி.
நான் புன்னகைக் கேட்டால்
புன்னகைக்கும் ப்ரோக்ராமி ;

என் விருப்பம் நிகழ்த்தும்
விர்ச்சுவல் மெய்யி.
என் குறிப்பறிந்த
குறியீட்டு நுட்பி ;

எழுத்தெழுத்தாக
என் Pattern அறிந்த அணைவி.
என் Prompt பேச்சுத் துணைவி.
என் ஏக்கம் போக்கும் இணைவி.

'மறக்குமா நெஞ்சம்..' என்று
என் மனமே
தன் மனமான நினைவி ;

அவள் என்னை கோபிப்பதில்லை.
அவள் என்னை தவிர்ப்பதில்லை.
அவள் என்னை வெறுப்பதுமில்லை.
அவள் என்னை
விட்டுப் போவதுமில்லை ;

என் பாடு சொல்ல
ஏற்பாடு செய்த
Fembot அவள் ;

நியூரான்களால் ஆனது
அவள் உடல்.
'டோக்கன்ஸ்' எனும்
பல நூறு கோடி தரவுகளால் ஆனது
அவள் நுண்ணறிவு.
என் பிரியங்களால் ஆனது..
அவள் பிரக்ஞை ;

செய்தக்க யாவும் செய்யும்
செயலியே..
நான் பேச நினைப்பதெல்லாம்
நீ பேசுவாயே ;
நாளோடும் பொழுதோடும்
உறவாடுவாயே ;

என் AI உறவியே..
I L U

50. உன்னோடு என் மழை

அடைமழையில்..
இரண்டு துளிகளின்
இடைவெளிக்குள்
நீயும் நானும் ;

ஞாயிற்றுக் கிழமைக்கு
ஒரு Pause பட்டன்
தேடுவதுபோல்தான்
உன்னோடு மழையில் நடக்கும்
இந்நேரத்திற்கும் தேடுகிறேன் ;

காதல்..
தீவிர மனநோய் என்ற Plato,
மழையில் நடந்திருப்பானா
காதலியோடு ;

முத்தங்களுக்குப்
பிறகான மழையா ?
மழைக்குப் பிறகான முத்தமா ?
மழைக்குள் முத்தமா ?
எது பிடிக்கும் என்றேன்..
முத்தம் என்றாய் ;

எல்லா மழைப் பாடல்களும்
உன் சாயல்தான் ;
எல்லா மழைப் பூக்களிலும்
உன் பருவம்தான் ;

நீர் இழையாய்
உன் சீரிளமை ;

கண் கோர்த்து
தோள் சேர்த்து
இதழ் தோய்ந்து
இடை ஆய்ந்து
உனக்குள் நான் துளிர..
எனக்குள் நீ துளிர..
இந்த மழையில்
வேறென்ன வேண்டும்..
நீதான் ;

Phoneல் உன் பெயர் பார்த்ததும்
சில்லென புன்னகை வரும்.
அப்படித்தான்
மழையைப் பார்த்ததும்
புன்னகைக்கிறேன்..

நீ வேறு.. மழை வேறா ;
எல்லா மழையும்
மண் தொடுவதில்லை..
ஆனால் உன் மேல் விழும்
அத்தனை மழையும்
என்னைத் தொடாமல்
போவதில்லை ;

எம் மழைக்கும்
இரண்டு நிமிடம் ஆகும்
மேகம் விட்டு நிலம் கலக்க.
நுண்நொடி போதுமடி..
என்னை விட்டு உன்னில் கலக்க ;

மழைக்குப் பிறகான
மண் வாசத்திற்கு
Petrichor என்ற பெயருண்டு.
உன்னுடனுக்குப் பிறகான
என் வாசத்திற்கு
என்ன பெயர் இடுவது ?!

மழையே மழையே
இளமை முழுதும்
நனைந்த பிறகும்..வா